గ్రంథకర్త:

జంగా హనుమయ్య చౌదరి.

పీఠిక

మృదుమధురమగు మనయాంధ్రవాఙ్మయమునందుఁ
గావ్యనియమములు కర్ణాట ద్రవిడ సంస్కృతాది భాషలనుండి
యాదికవులు సేకరించి గ్రంథరచనమునకు దొరకొనిరని పరి
శోధకులు వాకొనుచున్నారు. నన్నయభట్టారకుఁడు మొదలు
అల్లసాని పెద్దనవఱకుఁగల కవులందఱు సంస్కృతాంధ్రమిశ్ర
ముగఁ గావ్యము రచించుచుఁ ప్రాగల్భ్యమునకుమాత్రము
అందందు శుద్ధాంధ్ర పద్యములు చిత్రగర్భబంధకవిత్వములు
వ్రాయుచు వచ్చిరి. శ్రీనాథునినాటనుండి తెలుఁగుకవిత
సంస్కృతపదభూయిష్ఠమై చాలవఱకు నాంధ్రత్వమునే మఱచి
నది. ఆధునికకవులలోఁ బలువురు తామువ్రాయునది యాంధ్ర
కావ్య మనుమాట మఱచికాఁబోలు కేవల సంస్కృతసమాస
బంధురముగఁ బొత్తములవ్రాసి యాదికవుల యాదర్శము
దూరగులైరి.

ఈ యదనున మధురతరమగు నాంధ్రవాఙ్మయము
ప్రబంధరచన యోగ్యము, మనోహరతరమని సాటి శుద్ధాంధ్ర
కావ్యరచనమునకు మార్గదర్శకుఁడైన పొన్నిగంటి తెలగన్న
ప్రశంసాపాత్రుఁడు. ఆంధ్రభాషావ్యక్తిత్వము నీయనఘుఁడు
కావ్యముఖమునఁ జిత్రించుటాది పలువురు కవులు శుద్ధాంధ్ర
కావ్యకల్పనాభిముఖు లగుట కవకాశము చిక్కినది.
తెలగన్నకవి తెలుఁగుబాస నుద్ధరించుటకే భాషానామము
దాల్చి యుండనోపు. శుద్ధాంధ్రభాషాస్వరూపనిరూపణ
మునకు లక్ష్యలక్షణములు చాలినన్ని లేనితరుణమునఁ దాను

శుద్ధాంధ్ర గ్రంథరచనము గావింప దొరకొనుట కష్టసాధ్యమని యాతఁ డీ క్రిందివిధముగ యయాతిచరిత్రమునఁ గృతిపతి యనినటుల వ్రాసికొని యున్నాఁడు.

'ఉ॥ అచ్చతెనుంగు పద్యమొకటైనను గబ్బములోన నుండినన్
హెచ్చని యాడుచుందురవియెన్నుచుఁబెద్దలుపాత్రమెన్ని
ట్లచ్చతెలుఁగునన్ నొడువనందులచందమెఱుంగువారు నిన్
మెచ్చరొ యబ్బురంబనరొ మేలనరో కొనియాడరో నినున్'

శుద్ధాంధ్ర గ్రంథరచనమునకుఁ ద్రోవఁదీసి కావ్యరచనమునఁ గృతార్థుఁడైన తెలగన్నకు బిమ్మటఁ గూచిమంచి తిమ్మకవి క్రొత్తపోకడలతో నచ్చతెనుంగు కబ్బముల రెంటిని మనోహరముగ వ్రాసెను ఆవల శుద్ధాంధ్రకవితలోఁ జిత్రరచనలు గూర్చి కరింగంటి సింగరాచార్యకవి సీతాకళ్యాణాది శుద్ధాం నిరోష్ఠ్యగ్రంథముల రచించి యందు నిరోష్ఠ్యాది వింశతి ప్రబంధనిర్మాణుఁడనని చెప్పుకొనెను. ఆధునికులలో శుద్ధాంధ్ర ధ్రగ్రంథరచనాధురీణులు కొలఁదిమంది కలరు వీరిలో సత్యవిజయము రచించిన పార్థసారథికవి, శుద్ధాంధ్రనిర్వచన నిరోష్ఠ్యనలచరిత్రాదులు వ్రాసిన వీరేశలింగంపంతులువారు లోనగు కవివర్యు లగ్రగణ్యులు. వీరందఱు శుద్ధాంధ్రసారస్వతమునకుఁ బ్రాణదానము గావించిన ధన్యులు.

పూర్వోక్త చరిత్రవిశిష్టమగు శుద్ధాంధ్రమున సత్యావివాహమును నాలుగాశ్వాసముల నిర్వచనకావ్యముగ వ్రాసి యాంధ్రభారతీ చరణసన్నిధిని సమర్పించి ధన్యుఁడైన కవి జంగా హనుమయ్య కమ్మకులజుఁడు. ఈయన గురు [illegible]ను

స్వకృషివలనను సారస్వతాభినివేశము నార్జించి యీ నిర్వచన శుద్ధాంధ్రకావ్య మొనరించెను. ఇందలి ప్రధాన కథాంశము భాగవతమునందుండి తీసికొనఁబడి ప్రబంధానుకూలములగు కొలఁదిమార్పులు గావింపఁబడెను. మూలానుసారమగు జాంబవతీ పరిణయము కూడ నిందుఁ జేర్పఁబడెను. పూర్వకవులవలెఁ బ్రకృత గ్రంథకర్తయు నీసత్యావివాహమునఁ గథాంశమునకంటె వర్ణనాంశమునకే ప్రాముఖ్య మొసంగెను. అందుచేఁ బురవర్ణనము, నాయికావర్ణనము, శ్రీకృష్ణ సందర్శన వర్ణనము, వివాహవర్ణనము లోనగు వర్ణనాంశములు గ్రంథభాగము నావరించుటచేఁ గథాకల్పనమునఁ గవికృషి చేయ నఝ్ఞతి కాదయ్యెను. అగుఁగాక! కవిత మృదుమధురముగను కూర్పు బింకముగలదిగను ధార శుద్ధి గలదిగ నుంటచే నీగ్రంథం చదువఁ జదువ జవులూరుచున్నది. కవి యాధునికుఁడని తెలుపకున్నచో నీకబ్బము తొల్లింటి కవి చెప్పెనని భాషాపరిశోధకుఁడేని విశ్వసింపఁదగినంత సారళ్యముగ నీ శుద్ధాంధ్రగ్రంథ మలరారుచున్నది. ప్రథమ ప్రయత్నమైనను గవి యిందు కృతకృత్యుఁడయ్యెనని మావిశ్వాసము. గ్రంథమునందలి కొలువువర్ణనము మనోహరముగ నున్నది. అందందు గల సామెతలు మనోజ్ఞములుగ నున్నవి. మూడవ యాశ్వాసములో సత్రాజిత్తు సోదరునకై విలపించు భాగమునఁ గవి తనకుఁగల రచనా కౌశలము బూర్తిగఁ జూపియున్నాఁడు. తమ్ముని, శ్యమంతకమునుగూర్చి విలపించు,

సీ॥ "తమ్ముఁడా! హా! శ్యమంతకమా"

అనుపద్యము రచనాప్రాగల్భ్యమున భాగవతము నందలి సత్యాసంగ్రామములోఁగల "రాకేందుబింబమై రవి బింబమై యొప్పు" అనుపద్యము పొందనగు గౌరవము బడయఁదగి యున్నది. సత్యాకృష్ణుల క్రీడావర్ణన మీనాటి నాగరకులకంటెఁ బ్రబంధపాఠకుల నానందపఱచును.

యవనపదములు కొన్ని దేశ్యములుగ నీకావ్యమునఁ బ్రయోగింపఁబడెను. ఇండియా, సబ్బున, మైచికిలీ యొనర్చుట లోనగు పదములుఁగూడ నిందుఁగలవు. కథాంశములు తెలుపువాఁడు సూతుఁడు, వినువారు మునులుగాన నీరెంటిని సూతునిచేఁ జెప్పించుట బాగుండదని మాతలంపు.

గ్రంథప్రచురణమున కవకాశము లేక చిరకాలము నుండి నిలువయుంచఁబడిన యీప్రబంధమును విని యానందించి భాషాభిమానముచే ముద్రించి ప్రకటింపఁదోడ్పడిన సారస్వతరసజ్ఞులు నుదారశీలురునగు మ. రా. రా. శ్రీ జవ్వాజి వీరయ్యగారియెడఁ బాఠకులు కృతజ్ఞులు కాకపోరు.

ఆంధ్రసోదరు లీ నూతనగ్రంథము నాదరించి యిందలి ణముగ్రహించి కవిశ్రమ సార్థకమొనరించి యింక నిట్టిగ్రంథ ంలను రచింపఁ గవిని ప్రోత్సహింతురని మావిశ్వాసము.

నందిగామ,
9—10—25.

ఇట్లు భాషాసేవకులు,
శేషాద్రిరమణకవులు, శతావధానులు.

మనవి

అయ్యలారా! నావిన్నప మించుకయాలకింపుఁడు. ఈ యచ్చతెలుఁగుకబ్బమును నేను సుమారు పదియేండ్లక్రిందట వ్రాసియుంటిని. అచ్చతెలుఁగనఁగా దొలుతటి కబ్బములయందు వాడినట్టియు నిప్పుడు లోకులు వాడుచున్నట్టియుఁ జులకనై యందమైనబాస. ఇది కలగూరగంపవంటిది. ఇదియకాదు, జగమునంగల బాసలన్నియు నిట్టివే. ఈ తెలుఁగునందు సంస్కృతముకాని పలుకులన్నియు నుండును. పేరులు, బిరుదులు వచ్చునప్పుడు సంస్కృతముకూడ వాడబడును. తక్కిన సఁస్కృతపుమాటలనుమాత్ర మేలపలుకకూడదనిన నవియన్నియు నించుకంత మార్పుఁజెంది తెలుఁగై తెలుఁగునందు గలిసిపోయున్నవి. చాలమంది కీతెలుఁగు చిన్నబాసయనియు దీనియందేపొత్తములును వ్రాయుటకు వీలులేదనియుఁ దలంపు అట్లుగాక దీనిని జాలపెద్దబాసగాఁజేసి దీనియం దన్నిరకములపొత్తములను పాటలు పద్దెములవగైరాలతో నింపుగాఁ గూర్చవచ్చునని తలంచి పొన్నిగంటి తెలగన మొదట నీక్రొత్తదారిం ద్రొక్కెను. తరువాత కూచిమంచి తిమ్మనమొదలగువారీదారి నడచిరి. ఈదారియం దేమిమంచికలదనిన తెలుఁగుకన్నియును సంస్కృతమను దేవేరికి నూడిగఁపుఁగత్తెనుగాఁ జేయకుండుటయుఁ దెలుగువారందరు సంస్కృతమును నేర్చియుండినఁగాని తెలుఁగుపొత్తములు తెలియవీలులేదను గాసిఁ దొలఁగించుటయును; అయితే తెలుఁగువారు సంస్కృతమునేర్చుటయే గాసియనుచున్నాఁడవుగదా! తెలుఁగులోనికి పరాయి బాసల

మాటలన్నియు జేర్చుకొనుట కొసంబడుచున్నారే, యవి యన్నియు నేర్చుటకేమియుఁ దిప్పలు లేవా యందురేమో. పరాయిబాసల మాటలన్నియుఁ జేర్చుకొనుటకు మున్నటి కైసరు లొప్పియుండలేదు. తెలుఁగువారికి మామూలుగాఁ దెలిసి యుండి తెలుఁగుమాదిరిగానే వాడుకొనుచున్న మాటలవరకే యని తెలియుఁడు. నేటివరకుఁ జాలమంది కైసవులు సంస్కృతపు నుడులవరుసయనెడి యినుపగొలుసునకుఁ జివర నొకచిన్న తెలుఁగుపలుకనెడి యుచ్చును బెట్టి యిది చేదతాడనఁ జొచ్చిరి. ఈ తెలుఁగుబావిలోని నీటిని చేదుటకు గొలుసును బట్టి లాగగలిగినవాఁడు, నుచ్చునుతీయగలిగినవాఁడు గావలసి వచ్చినది. ఇనుపగొలుసునుమోసి లాగగల్గినవాఁ డుచ్చుతీయ లేఁడు. ఉచ్చుఁదీయనెఱిఁగినవాఁ డినుపగొలుసును లాగఁజాలఁడు. చేదను తయారుచేయుటకుఁ గమ్మరిపనియుఁ గాపుపనియుఁ దెలిసినవాఁడు గావలయును. ఈచేదకు తెలగన కొబ్బరి, జనుప, గోఁగు మొదలగు నారలతో తాడు వేసి చూపించినాఁడు. ఇట్టితాడు చేదకు మిగుల బాగుగానుండును ఈలాగున పెద్దపెద్ద మోకులనువేసి తెలుఁగుతేరులను జులకనగా మనము లాగవచ్చును. పరాయిపలుకులు మనము గైకొనిన మన తెలుఁగు చెడిపోయి తెలియకుండఁబోవునని కొందరెంచెదరు. మున్నటి సంస్కృతపుగబ్బములందును, సంస్కృతముగలసిన తెలుఁగు పొత్తములందును, ప్రాఁబల్కులయందును, గ్రీకు, తురక, అరబ్బి, పారసీకుల మాటలెన్నియో చేరియున్నవి. మనకు పొంతనున్న ద్రవిడ, కర్నాటక, మహారాష్ట్ర, ఘూర్జర, ఓఢ్ర, హిందీ మొదలగు బాసలు మనబాసయందు చేరియున్న

మాటఁ జెప్పనక్కరయే లేదు. అట్టిమాటలన్నియు నిప్పుడు వినినింపై, కినసొంపై మనకుఁ జులకనగా దెలియుచుండుట లేదా? మొదట నేబాసయు నొరులమాటలు గైకొనక పెంపొందదు. ఒరులమాటలు విని కైకొన నొల్లనివారు మోటు వారగుట నిక్కము. కావుననే తెలుఁగుబాసకును సంస్కృతపుఁ జేయూత యగత్యమని దానిసాయమును గోరిరి. తెలుఁగు బాసను పెంపుఁజేయఁ దలఁచిన వా రట్టి సాయము నెట్టి యిక్కట్టుననో, మొట్టిమార్పుననో కైకొనవలసి యుండ, జాల మంది కైసరులు తెలుఁగును రూపుమాపి పనికత్తెను జేసి సంస్కృతమును పెండ్లికూఁతురిం గావించిరి.అన్ని బాసలవారును తమతమ బాసలను పెంచుకొనుచుండ మనవారు మనబాసను మఱచిపోయిరి.ఇప్పటివారిలో జక్కగాఁ జదివినవారుసైతము చాలనుడువులకు తెలుఁగుపలుకు లెఱుఁగరని గట్టిగాఁ జెప్పఁ గలను. మున్ను తెలగన వగైరాలు తెలుఁగుగన్నియను గారా బము జేయుచు దొరకిన సొమ్ములు దెచ్చిపెట్టి బొట్టుంగాటుక దీర్చి జిలుఁగుఁ బుట్టముఁ గట్టనిచ్చి మనకుఁ జూపించినారు. మనమిప్పుడైనను దానిని మన్నించి పంచదారను దినిపించి పాలను ద్రావించి పెంచవలెను. రైలు, టైము, మైలు, సబ్బు, రోజు, రకము, తరహా, తహశీలు, వగైరా, తాలూకు, బాపతు మొదలగునవి మొదట పరాయిమాటలైనను నానా టికి మనతెల్గువారి కందరికి బాగుగాఁ దెలియుటచే సీపలుకు లిప్పు డిట్లె వాడుట కెంతయో తగియుండును వీనిని మఱి యొకరీతిని దెనుఁగునకుఁ గాని,సంస్కృతమునకుఁ గాని మార్చిన యెడల వంకరదారిని నడచిన ట్లుండును. కావునఁ దెలుఁగు

వారి కందఱికిఁ దెలిసిన పలుకులన్నియుఁ దెలుఁగనియే యెంచి మున్నటి పెద్దలు వారినాఁటి కెఱిగిన నుడువులను కబ్బములందు వాడియున్నారు. ఈబాట నెఱిఁగియుండియు నిప్పటివారు నాఁడు సూతుఁడు జడదారుల కిట్టి క్రొత్తమాటలతోఁ జెప్పుట కలుగునాయని యడుగుచున్నారు. తెలుఁగుబాస పుట్టకముందెన్నఁడో చలిగట్టు వద్దనున్న హిందీ, బెంగాలీ, తబిసులకు సూతుఁడీతెలుఁగు పద్దెములతోఁ జెప్పుట మాత్రము బొసఁగునా? పొసగదు. ఎచ్చోటనున్నవా రచ్చోట నప్పుడు వాడెడి బాసతోఁ గతలు, పద్దెములు, పాటలు నుడువుచుందురు. కాని వెనుక నాకతజరిగినతరియందు వారుమాటలాడినబాస యేదియో తెలిసి చెప్పుటకు వీలగునా? అట్లొకానొకఁడు నేర్చి చెప్పినను వినువారికిఁ దెలియునా? తెలియదు. కావున నప్పుడు వాడుకలోనున్న బాసతోఁ గైతజెప్పుట తగునని మున్నటివారు లాతిబాసలలోని పలుకులు నెల్లఱికిఁ దెలిసినవి కబ్బములందు వాడియుందురని నానమ్మకము.

నా యీ కబ్బమునందు నానేరమిచేఁ గల్గిన తప్పులును బొరపాట్లును పలుచోట్లఁ గల్గియుండవచ్చును. తెలిసినవారు వానిని నాకుఁ దెలిపినయెడల సంతసముతో నందుకొని రెండవ కూర్పునందు సవరించుకొనియెదను.

ఈపొత్తము నచ్చుగూర్చుతఱియందు నేను చిత్తు కాపీలు చూచుటఁ గలుగనందున నచ్చుతప్పులుఁ గొన్ని పడియున్నవి. అచ్చుఁగూర్చుటకిచ్చిన వ్రాతకాపి యొకపిల్లవాఁడు వ్రాసినదగుటచే బండిఱాలు, అరసున్నలు వ్రాసియుండలేదు.

ఇట్టి చిన్న చిన్న నెఱసులకై తెలిసినవారు నన్ను దూఱకుండుదురు గాకయని వేడుచున్నాఁడను.

నైజాంయిలాకా వరంగల్ జిల్లా మధిరతాలూకా, యిల్లూరను పేట న్నివాలసిల్లెడివారును, కమ్మవారును నగు మహారాజరాజశ్రీ జవ్వాజి వీరయ్యజమీందారుగారీపాత్రము నచ్చుగూర్పించుట కయ్యెడిసొమ్మంతయు నిచ్చి నాపైఁ గూర్మియుఁ దెలుఁగుగన్నియపై గౌరవమును జూపించి తిరమైన వాసియు వన్నెయుం గడించిరి. కావున వీరికిని, ఈపాత్రమునందలి పీఠికను వ్రాసిపంపిన శతావధానులగు శ్రీమాన్ శేషాద్రిరమణకవులకును కడుంగడుసంతసమున జోహారులం గావించుచున్నాఁడను.

వీరులపాడుగ్రామం,
నందిగామతాలూకా.
13.10-25.

ఇట్లు,
అష్టావధాని, జంగా హనుమయ్యచౌదరి.

పండితాభిప్రాయములు

సుప్రసిద్ధశతావధానులు నుభయభాషాకోవిదులు నగు బ్రహ్మశ్రీ చెళ్లపిళ్ల వెంకటశాస్త్రిగారు కడియం నుండి యిట్లు వ్రాయుచున్నారు.

"మీపుస్తకము (సత్యావివాహము) చేరినది. అచ్చ తెలుఁగు కవనమైనను, మృదుమధురపదభూయిష్టమై రసయుక్తమై నిర్దుష్టమై కడుంగడుఁ జక్కఁగానున్నది. మీ కింకను భగవంతుఁ డిట్టి చక్కనికబ్బములను రచించుపూనిక నభివృద్ధి పఱచి యాయురారోగ్యైశ్వర్యప్రదుఁడై యలరించుగాక!

కడియము,
22-9-25.

చెళ్లపిళ్ల వేంకటశాస్త్రి,
శతావధాని."

కావ్యతీర్థబిరుదాంకితులును, ఆంధ్రబ్రహ్మాండపురాణాది గ్రంథకర్తలునగు బ్రహ్మశ్రీ జనమంచి శేషాద్రిశర్మగారు కడపనుండి యిట్లు వ్రాయుచున్నారు.

ఆర్యవర్యా!

"భవత్ప్రేషిత సత్యావివాహమును శుద్ధాంధ్రనిర్వచన ప్రబంధము బ్రీతిమీఱంగొని యందందుఁ బఠించితిని. పద్యములు పరమహృద్యములు. పాకము శుద్ధాంధ్రమగుట ద్రాక్షాపాకమునుమించి కదళీపాకమునఁ బడినది. శైలి సలక్షణముగ నలరారుచున్నది. కొన్నికొన్ని తావుల నంది తిమ్మన్న

గారి పారిజాతాపహరణపద్యములా యివి యను భ్రమను బుట్టింపక విడువవు. వర్ణనములు శ్రుతికటువులుగాక స్వభావమును మించక సొగసుగ నున్నయవి. ద్వితీయాశ్వాసములోని “మగసేతసల్పి పొల్పగు” అను సీసము, దానివెంబడి నగు “సొంపునింపెడి సంకు” అను సీసము చదువునపుడు దేహము పులకరించినది. ఇట్లే అన్నితావుల నెత్తిచూపుట సరసముగాదు కాన వదలితి. పద్యకావ్యములన్నఁ వలకంటకించువను మహాత్ముల కేమోకాని యేమాత్రము భాషాసేవ చేసినవారికైనను మీగ్రంథము శిరసావహింపక విడువరానిదని నొక్కి వక్కాణించెదను. ఇట్టి పరమోత్కృష్ట గ్రంథరత్నహారమును భాషాజననికిఁ గానికపెట్టి ధన్యులరైతిరి. “సమానానాముత్తమశ్లోకోస్తు” అను శ్రుతివాక్యఫలము నొందుదురుగాక యని సత్యముగఁ గోరుచున్నాఁడను. ఎక్కువ స్వారస్యమును గ్రహించి మిక్కుటమగు చమత్కారముగ వ్రాయఁజాలని నేను మీగ్రంథరాజమున కొక్క నమస్కారము చేసి శిరసావహించి నాయాశయము విన్నవించుకొనుచున్నాఁడను. మీ కీ గ్రంథరత్నము దిగంతవిశ్రాంత సంతత సుయశంబు చేకూర్చి సరసజన శిరోధార్యమై యసమానవిఖ్యాతి నలరారుఁగాకయని నమ్ముచున్నవాఁడను.

కడప,
1—10—25.

ఇట్లు విన్నవించు మీవిధేయుఁడు,
జనమంచి శేషాద్రిశర్మ ”

సుప్రసిద్ధ నిరుద్ధ భారతాది గ్రంథకర్తలగు బ్రహ్మశ్రీ మంగిపూడి వెంకటశర్మగా రిటులు వ్రాయుచున్నారు.

“మహాశయా! తాము దయతో పంపిన సత్యావివాహము సంతోషముతో నందుకొని యచ్చటచ్చటఁ జదివితిని. అచ్చ తెలుఁగుపొత్తములు రచించుటయే కష్టము. నిర్వచనముగా రచించుట కష్టతరము. సత్యావివాహము శబ్దాలంకార యుక్తమయ్యును, శైలి మృదుమధురమై యలరారుచు నింత వరకుగల యచ్చతెలుఁగుగ్రంథము లన్నిటికన్న సులభ గ్రాహ్యమై యొప్పుచున్నది. తామింకను ననేక గ్రంథరత్నము లచే నాంధ్రభాషా యోషామణి నలంకరించి యలరించునట్లు సర్వేశ్వరు డనుగ్రహించును గాకయని కోరుచున్నాను.

18—9—1925 ఇట్లు విన్నవించు,

మం. వెం. శర్మ.”

విజయాంకసాహసాద్యనేక గ్రంథకర్తయును అష్టావధానియు నగు శ్రీరాజా మంత్రిప్రెగడ భుజంగరావు బహద్దరు జమీందారు గారిట్లు వ్రాయుచున్నారు.

“అయ్యలారా! ‘‘సత్యావివాహ’’ మను నీశుద్ధాంధ్ర నిర్వచనంపు కబ్బంబు నాలుగుగ్రుక్కలును మొదటినుండి తుది వరకు నసడ్డసేయక చదివి సంతసిల్లితిని. అచ్చ తెలుఁగని నంతన నదియెలుకలబాసయకానెంచి చదువ విసివి విడుచు నబ్బెసము మనవాండ్రలోఁ బెక్కండ్రకుఁ గలదు. ఏలయన

మారుమూలలనున్న మాటలతోడను సొంతముగం గూర్చిన కూరుపుమాటల కలయికతోడను బొత్తంబు ఒల్లఁబడి యుండుటచే నెఱుకపడమి లాతివారి సాయంబు కావలసి యుండెడిది. దానంజేసియే దీనిం జేసిన కైసరుడు:

'క॥ తెనుగున జేసినకబ్బము
లినుప నగలటంచు నందు రీసున నిది యా
యినుమైన మేల్మియైనను
బెనుబత్తి నొసంగినాడఁ బెట్టుము తండ్రీ!'

అని నుడివియుండెను. ఇప్పాత్రం బట్టి గట్టిమాటలతో నిండక కమ్మచ్చునం దీసిన బంగరు తీవియంబోలె మొదటి పద్దెము మొదలు తుదిపద్దెము వఱకు నొక్కమాదిరి మాటలకూర్పుతో నొప్పుచున్నది. ఎందును నడక కుంటువడుచున్నదను పద్దెమే కానరాదయ్యె. ఏ సీసపద్దెముం గాంచిన నేదియో యొక సింగారమందు బొందుపడి యుండెను. వీనికన్నిటికిం గతయుఁ దగినదియై యున్నది. ఇం దచ్చటచ్చటఁ బసందు, షోకు, పేక, మున్నగుమాటలు కానవచ్చుచుండినను దఱికిందగిన చవినొసంగు మాటలుగానే నాకుఁ దోఁచుచున్నవి. ఇట్టి కబ్బంబులు పెక్కులొనరించి వీరు మననాటి వచ్చ తెనుంగు బాస రెక్కొన సేయుదురుగాక యని మిక్కిలి గోరుచు వీరికిం గడలేని బిరుదుకిడ వేల్పుపెద్దం దద్దయు వేఁడుచున్నాఁడను.

ఏలూరు,
20—9—25.

ఇట్లు విధేయుడు,
రాజా. యం. భుజంగరావు.”

పిఠాపురమునుండి సుప్రసిద్ధకవియగు ఉమర్ ఆలీషా కవిగారిట్లు వ్రాయుచున్నారు.

“తే॥ గీ॥ జంగహనుమయ్య సత్కవి సత్యపెండ్లి
కధను రచియించి యాంధ్రలోకమునఁ బెల్లు
బాసకెంతయు వన్నెయు వాసిఁ దెచ్చె
సిచ్చలు చదివి కోవిదుల్ మెచ్చునట్లు.

చం॥ సురుచిరభావసంపదలుసొంపులు నింపుదెలుంగుబాసకున్
మెఱుఁగులు దెచ్చువర్ణనలు మేలగుశైలి రసప్రపూర్ణమై
పరగు కథాచమత్కృతి ప్రభావము నచ్చునఁబోసినట్లు సుం
దరతరమై వెలార్చును సతంబును సత్యవివాహకావ్యమున్.

పిఠాపురము,
19—9—25.

ఇట్లు,
ఉమర్ ఆలీషా.”

శ్రీ శ్రీపిఠాపుర మహారాజావారి యాస్థాన విద్వత్కవులును, శతావధానులు నగు ఓలేటి వేంకటరామ శాస్త్రిగారిట్లు వ్రాయుచున్నారు

“అయ్యా, మీరనిపిన కబ్బము (సత్యావివాహము) చేరినది. అందందుఁ జదివిచూచితిని. అచ్చతెలుఁగుంగబ్బమునయందు మీరొనర్చిన యలవునకు మిగుల నలరితిని. పద్దెములు ముద్దుగనే యున్నవి. కాని మీరీకబ్బము వ్రాసిన పెల్లతెనుఁగుల దొల్లింటి తెరువుల బట్టి యరిగియు నన్నిచోటుల నజసున్నలను గొన్నితావుల బండిఱాలను విడిచివైచుటను గతం బెఱుక పడదయ్యె.

ఓలేటి వేంకటరామశాస్త్రి.”

అవధానకంఠీరవేత్యాది బిరుదాంకితులును శతావధానులు నగు బ్రహ్మశ్రీ ప్రతాప వేంకటేశ్వరకవిగా రిట్లు వ్రాయుచున్నారు.

చం|| జిలిబిలిపల్కులన్ సుకవిశేఖరులెవ్వరి పూర్వమల్లి ర
ట్టులె రసవంతమౌ గతి గడుంగడు హృద్యముగాగ నచ్చుపున్
దెలుగున సత్యపెండిలి సుధీనుతులెన్నగ మెచ్చ వ్రాసి యాం
ధ్రుల కుపకారమున్ సలుపనోతె హన్మయప్రాజ్ఞచంద్రమా.

ఉ|| దంపుడుపాటగాఁ గుకవితంతును నిత్యము పెక్కుపొత్తముల్
పొంచిరివో రచింప ఫలమున్ సమకూరునె యాంధ్రికిన్ సుధీ
సంపదకూర్పగాబడిన సత్యవివాహమె చాలు నాయనన్
గంపెడుగుల్కతాల్ గలుగుకన్నను రత్నమొకండు చాలదే.

బెజవాడ, 25-10-25.

ఇట్లు విధేయుఁడు,
ప్రతాప వేంకటేశ్వరకవి.

ఉ|| అచ్చుపడేనెపోవ నవయుంబుచు వీనులవిందు సేయుచున్
హెచ్చిన ముందిపోకడల నెంతయు గబ్బములెల్ల వ్రాసి పె
న్మెచ్చుల నొందజాలియును మేటిగొనమ్ముల కిక్కయైన మీ
యచ్చతెలుంగుకబ్బమున కిచ్చెదవున్ మతికిం బ్రమోదితిన్.

ఉ|| అచ్చతెలుంగుబాసయనయన్ గడుగొప్పగునందు బద్దెముల్
మచ్చున కల్లగానగును, మాచన నింతటి పెద్దకబ్బమున్
వచ్చెడుమాడ్కి వ్రాయనగునా కనుపట్టుతనమ్ము లేక, యా
లచ్చిమగండు పేర్మి దొరకన్ గయితిన్ నెరనుంబొనర్చితన్.

గుడివాడ, 26-10-25.

ఇట్లు,
జంధ్యాల శివన్నశాస్త్రి.

శ్రీ రస్తు

మ. రా. రా. శ్రీ జవ్వాజి వీరయ్యజమీందారు గారిం
గూర్చిన బహూకృతి.

పంచరత్నములు

సీ॥ పరిధితమైతగు నిజాం • రాష్ట్రమందుఁ జెలంగు
నిర్మలాంచితపూత • నీర వైర,
తత్సరిత్పశ్చిమ • తటమునరాజిల్లు
నిల్లూరు నాఁగ పే • రెనయునూరు
గణుతిగాఁ జెదరందు • గాంభీర్యసచ్ఛౌర్య
కలితులై తగువారు • కమ్మవారు
వారలం దాజిలో జ • వాజి నర్సయగారి
సుతుఁడు ప్రఖ్యాతధీ • యుతుఁడు హితుఁడు

గీ॥ వీరయాభిధధర్మసం • చారుఁడతఁడు
రంగయాభిఖ్య వేంకట • రామయాఖ్య
సోదరులు భీమపార్థుల • ట్లావగమునఁ
గొలువ సత్యావిభుఁడు వీరి • నెలమిఁ బ్రోచు.

శా॥ కంబై యాదిమభిక్షుపాదకటకాం • కంబై సముద్యన్మృగాం
కంబై ...త సుధాపయోధిగత పం • కంబై హసత్పుండరీ
కంబై స్వచ్ఛజల పరిపూరిత తటా • కంబై చలద్దేవలో
కంబై యొప్పు జవాజి వీరయ యశో • కంబీతి త్రిలోకంబులన్

ఉ॥ ఒక్కటజర్మ మొందిమరి • యొక్కటమాంసమునొందియింక వే
రొక్కట నెమ్ములొందితగ • నొక్కటఁ బ్రాణములొందిపుట్టితా
నొక్కటఁ బాలచన్ఫలము • లొక్కటఁ గైకొనెఁ బొత్తుబిడ్డడే
దిక్కునబోవునర్థియని • తీసి భరించితి వీరయాహ్వయా!

చ॥ అడిగినదిచ్చునో మొగము • నల్లనవాల్చునొకొంతయిచ్చిన
న్నిడుమల బెట్టునోయనుచు • నెవ్వనివేడఁగ బుద్ధిపోక నే
తడఁబడుచుండఁగావ్యముప్ర • భాజననీయకముద్రణావ్యయం
బిడియెద నేనటంచను ప • రేంగితవేదిని నిన్ నుతించెదన్.

సీ॥ ఎందాక నిభమహా • హీనకూర్మవరాహ
వాహమై యిద్ధాత్రి • వరలుచుండు
నెందాక దిననాయ • కేందుతారాయుక్త
నభ్రమండలముఁ జె • న్నారుచుండు
నెందాక రజతాద్రి • హిమరుక్కిరీటుండు
గిరిజాసమేతుఁడై • పరగుచుండు
నెందాకఁ గమలాక్షుఁ • డిందిరాంగనతో సు
ధాబ్ధివీచికల నుయ్యాల లూగు

గీ॥ నేలమినందాకఁ గవితయన్ • దలిరుఁబోణి
నీయశోగానమును జేయ • నెగడుమయ్య
కూర్మకులచంద్ర దాతృతా • గుణబలీంద్ర
సాంద్రగుణధుర్య జవ్వాజి • వీరయార్య!

ఇట్లు విధేయుఁడు,
అష్టావధాని, జంగా హనుమయ్యచౌదరి,
వీరులపాడు

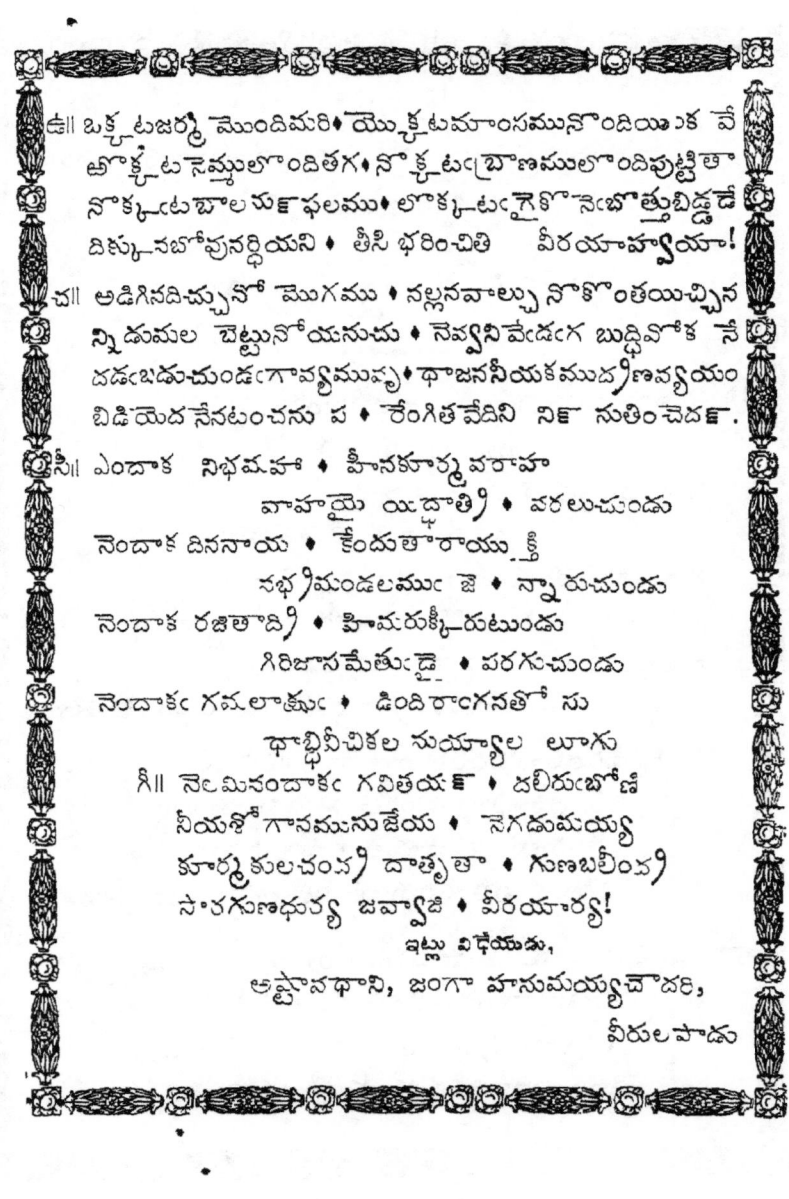

శ్రీరస్తు.

శుద్ధాంధ్ర నిర్వచన

సత్యావివాహము.

ప్రథమాశ్వాసము.

చ॥ సిరియును నీఁయున్ బుడమి చేరి కడున్ పమిఁహజ్జలొత్తి క
ప్పురవిడెమిచ్చి వీవనల బుత్తడిగాజులు గల్లుగల్లనన్
గరపరుచార వీవ చెనుగారవ మొప్పగ బుజ్జగించుచున్
బెరిమను గోర్కులన్ దనుపు వెన్నుఁడు మాకిడుగాత సాయముల్

సీ॥ చిలుపఁ బెట్టినవాడు జిలుఁ మెట్టినవాడు
దయ్యంబు మఁగడునై తనరుచుండ
దమ్మిగొట్టినవాడు దమ్మిబుట్టినవాడు
సైదోడు గొడుకునై జానుమీఱ
బుడమిఁబట్టినవాడు బుడమిఁజుట్టినవాడు
సెజ్జయు దండ్రియై చెన్నుమిగుల
వేలుపున్ మూకయు వేలుపున్ వాకయు
బంటులై పట్టియై పరగుచుండ

నెవ్వలనువరిచ్చి కోరినబువ్వ నిచ్చి
చివ్వలనుబుచ్చి పున్నెముల్ వరివ్వి తెచ్చి
యెవ్వరికి గల్మి నిచ్చి మన్నించులచ్చి
ఆవ్వననువచ్చి మాయింట తెచ్చు మెచ్చి.

శా॥ వెన్నుండమ్ముగ మేల్మిగట్టువిలుగా బెన్నాపతే డల్లెగా
మన్నుం జేడియ తేరుగా దొలినుడుల్ ప్రమా స్వెట్టుగుఱ్ఱాలుగా
జెన్నారంబొనరించి జోదుషయివాసిన్ మూడుప్రోళ్లేర్చి పెం
పెన్నంగా జగమేలుమేటి యిడలేడే మాకుమేళ్లన్ని యున్.

సీ॥ పాపరాతోడపులు భస్సుభస్సుమనంగ
లెస్సయాతత్తడి బుస్సుమనగ
కుదురక్క పేరులు రుటరుటలాడంగ
దాల్చినతోల్తటాతటయనంగ
బొమ్మ దేవరతలల్ బొణ్గుబొణ్గురనంగ
చేతిలేడియు చెంగుచెంగుమనగ
కొమ్మ యెక్కడి తేజి గోండ్రుగోండ్రుమనంగ
కెవలికుఱ్ఱండు ఘీఘీయనంగ

నప్పటప్పటికులికెడు నొప్పులాడి
కౌగిలింతలకలరుచు గరము బెరిమ
తోడ నోదార్చుతేడు బల్ వేడుకలర
నిచ్చుగావుత మాకోర్కె లిచ్చు మెచ్చి.

గీ॥ పెద్దపొట్టవాని జేర్మిగాంచినదాని
మొదలిదాని గోర్కెలొదవుదాని

మించుగొండపట్టి మనుచుమీఁ యని పట్టి
కొలుచువాఁడ నెపుడు వేఁచువాఁడ.

ఉ॥ బంగరుబొజ్జవాఁడు నెడుబాళిజగంబుల గన్నవాఁడు బ
ల్కుంగనిదైనవాఁడు నుడికుల్కుఁ చిటారిమ గండు గొల్చువా
రిం గడుబ్రోచువాఁడు జిలిరేయన జెన్నగువాఁడు బత్రికిన్
లొంగెడువాఁడు నాకయితలో దొసగుల్ పడకుండ జేయుతన్

సీ॥ తెలిదమ్మి విరిరెమ్మ క్రొంపళుకుసింగపుబీట
యరిదిరా యంచ యింపైన తేజి
రతనాలగనిబోలు రతితోఁడికోడలు
నలరుకల్మిఁ బోటి యనుగుటత్త
యింపారుచిల్క చెంగ్వింపుసంగడికత్తె
తుంటవిల్దాల్పు ముద్దుఁ మఱంది
సింగారపుంబువ్వు చిన్ని జేజేబువ్వ
బంగారుకిన్నెర పలుకుదోడు

గోనబుక్కైతయు బాటయుగుబ్బచనులు
విద్దెలన్నియు మేనుగా వెలయుమగువ
నలువప్రియురాలు కనికరంబలరుచూడ్కి
నిండువేడుక నామీఁద నెరపుగాక.

సీ॥ పలికట్టుమిన్న యెవ్వానిమన్మండని
తొడలపైజేర్చి ముద్దిడుసతంబు
జంకతాల్పుజిరేని చిఱుచెయ్వులనుగాంచి
యుబ్బితబ్బిబ్బగుచుండు నెపుడు

గుట్టురాచూలేని కోర్కులునిండార
గట్టింతయుండ్రిముల్ కడగిచేయు
తబిసితేదెవనితో వవలిపల్కుచుబోవ
సన్నిపాత్రములనింపార వ్రాసె

కందునకు దోడబుట్టి చెన్నందు జెట్టి
యితప్రులకుబాదు నెలుకపై నెక్కుజోదు
పున్నెములపంట గొనముల బూనుదంట
యెవ్వ డవ్వానకయ్య నే నెంతు మదిని.

గీ|| మొదల రామునికత బొత్తముగనొనర్చి
కైసరులకందరికి దారి గనుపరచిన
కలుగుకాన్పునిరాబారి గట్టితనము
నెవదలంచెద గడుబత్తి గుదురుపరచి.

ఉ|| మున్ను తెలుంగుకబ్బములు బొల్పుగజేసిపొగడ్తగన్న య
న్నయభట్టు దిక్కనను నాచనసోముని రంగనాథు బో
తన్నను రామభూషణుని వచ్చుతెలుంగునుగూర్చినట్టి తె
ల్గన్నను దిమ్మనన్ దలతు నందము కైతను జిందువందగ॥

సీ|| రెండుబాసల కైత గొండాడజెప్పిన
తిరుపతి వేంకటేశ్వరుల మెచ్చి
చులకనౌకొంజారి బలు పొత్తములుజేయు
వీరేశలింగము సారెవచి
తెనుగురామాయణంబును నేర్పుమైగూర్చు
వావిలికొలను సుబ్రాప్రునెంచి

బ్రహ్మాండము తెనుంగుబాస గావించిన
జనమంచి శేషాద్రి శర్మ కెరగి

శబ్దరత్నాకరము జేయు జాణగొల్చి
త్రిపురనేని రామస్వామి దిట్టబొగడి
మరియు తక్కినయట్టి కైసరులవేడు
వాడ బాసకు మేల్సేయువారలగుట.

గీ॥ చిలువసామికైన దలవంపుగలిగించు
పలుకులందు దేసె జిలుకుచుండు
వాని నొజ్జ గడలి వైకుంఠశాస్త్రిని
నామదింగుదుర్త ననువుమీర.

సీ॥ ఎటకేనిబోయి సేవించుక సేపున్న
నరయు జొట్టాలయింట్లన్ని దిరిగి
చిన్నతనంబుచే జెడువెచ్చ మొనరింప
వలదని చెప్పు నవ్వారిగాగ
గూళలతోగూడుకొని దోసములోనర్ప
వినజెప్పెజెప్పించె విసిగిగొణిగ
పెరుగునెయ్యింబప్పు వరిబువ్వతో బెంచె
విట్టుపన్నపు సేలు గట్టనిచ్చె

నిట్టిమాతల్లి లక్ష్మమ్మ నితవుమీరు
దట్టపుగోవంబుగల్గు మాతండ్రియైన
శేషయనుగొల్చి బత్తితో జెలగిమ్రొక్క
విడుదు వారల యప్పులో బడకయుండ.

క॥ అనివేల్పుల వేల్పుల కీ
డనవగువారలను గొల్చి యల వంగడముఁ
వినుపింతు గూర్మితోడఁ
వినుడని వినువారి మొదల వేడ్కొని వేడ్కఁ

కవివంశానుక్రమణిక.

గీ॥ ఇల దెలుగుసీమ బెజవాడ గలదు దాని
కెంచ బడమరగా నిర్వదేనుమైళ్ళ
నుండు వీరులపాడన నొప్పుపల్లె
యందు గలిగిన కొలముల ననసిచూడ.

సీ॥ తెంపును బెంపు రాణింప జాగముగల్గి
యెమ్మెనొప్పెడువారు కమ్మవారు
క్రిమ్మహమ్మనుచు బింకమ్ము జూపెడివారి
గ్రుమ్మగల్గినవారు కమ్మవారు
బూతులాడుట సత్తిజాతరల్ సేయుట
కలనెరుంగనివారు కమ్మవారు
మగువలు మగవాండ్రు తగుపాటుచదివి చ
క్కగబల్కగలవారు కమ్మవారు
కంతునిబెడంగుగలవారు కమ్మవారు
కచ్చిరీని జంకనివారు కమ్మవారు
కబ్బములుచెప్పగలవారు కమ్మవారు
కడిది నాజూకు గలవారు కమ్మవారు.

క॥ రంగుగ నాపెన్నమ్మల
వంగడమున మిగుల వాసి వన్నె జెలంగఁ

ప్రథమాశ్వాసము

జంగావా రఁరుదు రు
ప్పొంగి జగంబెల్ల యసము పొరలుచునుండన్

క॥ ఆకోలమునందు గలిగెన్
రాకోలమునబుట్టినట్టి రామునిబోలెన్
చేకువగ్గినవాడై
శ్రీకృష్ణయ జగముద్ధరేయని పొగడన్.

సీ॥ చనుబాలొసంగు నాతిని గూలిచినటొంపు
గొల్లచెల్వల గూడికొన్న కంపు
బలుజరాసంధుదాడులకు బారిచొప్పు
చెలులచీరలను దొంగిలినతప్పు
కదుపుల నడవిలోగలయగాచిన నెవ్వ
మేనత్తతోగూడి మెలగురవ్వ
యొరులకుండలలోని పెరుగుద్రావినరట్టు
చలిదిబువ్వలు దినచలయుపట్టు

వీడుకొనియెను కృష్ణుండు వేడ్కమీర
నెసకమెసగెడు గొనములకెల్లనెల్ల
అసదులకుపెట్టు యసములకాటపట్టు
నైనకృష్ణయ్య నా బువియందుబుట్టి.

క॥ మెప్పుగ నాతడు కాంచెను
గొప్పగొనంబులుగలట్టి కొడుకున్ బుదుల
ప్పప్పొయెంతటి వాడను
నప్పయబున్నెములతిట్టె నను వగుదిట్టన్.

క॥ చెలువగు గొడుకు లతనికిఁ
జెలగిరి సుబ్బయ్య మరియు శేషయ నాగ
య్యలు నాగ మువురు తొలిప
ల్కులు మూడును మున్ను వేదకుంగల్గినటుల్.

క॥ వడముడివలె సత్త్వయును
విడిముడియును గల్గి యశము వెదజల్లితగఁ
పుడుకుఁ బ్రమానన చాగం
బడరఁ సుబ్బయ్య జగము లౌరా యనగఁ.

గీ॥ అందు నాగయ్యగాంచె సంగయ్య వెంక
టప్పయలు నాగ వగువారినొప్ప మిగుల
సీగి బత్తి పెరిమలకు నిమ్ములనగ
నుల్లసిలిమానికములు నాజెల్లువారి.

మ॥ అల శేషయ్యదనర్చె బున్నెముల ప్రోవై నెమ్మడిఁ గల్గియెం
దలుకఁ మాట యెరుంగకే కలిమికింపౌ చాగముఁ బెంపున
న్న లమన్ మారటలచ్చినా వనరు లక్ష్మమ్మఁ గసుంజెర్మ దెం
డిలిరై జానకిలక్ష్మి నర్సమల నెంతే చాయమ్మాంబఁ గఁ.

క॥ అమ్మువ్వరు నెలతలకుఁ
దమ్ముడ హనుమయ్య యనగ వవరినవాడఁ
గమ్మని తెలుగున బలు క
బ్బమ్ములు నుడివితిని లేత పరువములోనఁ.

గీ॥ తెలగనయు దిమ్మనయు నచ్చతెలుగుగూర్చి
గొప్పతనమొందిరని నేను గూర్చుటరయ

కడలి దూఁకిన యనుమని గాంచి యొక్క
కోఁతియును దూఁకి పడినట్టి రీతిగాదె.

క॥ చెలువుఁడు కృష్ణుడు తలఁపన్
చెలియా కన్గొనగ సత్య జిలిబిలి తెలుగుం
బలుకులు కూర్చెడునవి ఒ
త్తుఁకున్ జదువులకు నెలమిదోఁపదె యిందున్.

గీ॥ సత్య పెండ్లినిపుడు చక్కనచ్చ తెనుంగు
బాసతోడ నేను బల్కువాడ
గాన దీని ముత్తిగాంచంగ మదిగోరి
యింపుమీర వినుతు నెవని కనిన.

క॥ అనదలఁ గాచెడి వానికి
మొనగానికి గొల్లబోంట్ల ముద్దుఁ మురిపిం
చినవానికి జగముఁయం
దెనమెవ్వడులేని వాని కీఁడు చెలికిన్.

క॥ వంటయయి నల్వగు బ్రిడ్డుప
నంటుల వన పొట్టయందునన్ జేర్చిన యా
తుంటవిలుతు తండ్రికి గడ
కంటన్ గనికరము గురియు కరివేల్పునకున్.

క॥ మఱ్ఱాకుమీదబండిన
కుఱ్ఱనికిన్ వేల్పులెల్లగొలుసంచగు నా
కఱ్ఱిచెలికాని కొజ్జను
గుఱ్ఱలబ్రతికించి యిచ్చుగొనములగనికిన్.

క. పాలకడలి బాముపయిన్
జాలఁగ నిదురించునట్టి జగజెట్టికి మిన్
జాఁడుగు దమ్మిబుట్టిన
పోలుపగారాని పున్నెపుం బ్రోవునకున్

క॥ పక్కలరాయని దమితో
నెక్కుపజేరునకు లచ్చి యిల్లాలుగ బెం
పెక్కిన కేస్తున కుదుటున్
రక్కసి తూటువుల జెండు రారాజునకున్.

క థా ప్రా రం భ ము .

గీ॥ కాన్కగా నే నొనర్చెడి కతకు మొదల
దెట్టుఁనిన నిరాబాఁడిట్ట లంద
రొక్కచోగూడి కతకానిచక్కిజూచి
పెరిమ బత్తియు వవ్రలు ముప్పిరిగొనంగ.

క॥ ఇట్టనిరి సత్య నెటజే
పట్టెను వెన్నుండు వానివా రెవరు కోలం
జెట్టెడి ప్రోలెయ్యదియో
గట్టిగ వసాకెరుగ జెప్పు కతవరుస మెయిన్.

గీ॥ వింతయైనయట్టి వెన్ను నికతలన్ని
విసుగుకాదుసూవె విన్నకొలది
కప్పురంపుబెట్టె విప్పినరీతిగా
మెప్పులుప్పతిల్లు ముప్పుసప్పు.

గీ॥ అనిన నతడు పరాశరుం డనెడు తబిసి
కొడుకుహజ్జల నెదలోన గుదురుపరచి

వెన్ను నివలంచి ముక్కంటికెన్ని వేడి
వెలుగునకు మ్రొక్కి యిట్లని పలుకఁదొడగె.

చ॥ పుడమినెలంతకుత్తుకను బొల్పగుముత్తెపుబేరులోన నే
పడకెడుమేరువో యనగ నారయముత్తిడుప్రోళ్ళయందు జే
ర్వషసియు నాకనంబలముపైడి హొంరంగుదురంగలించు క
ట్టడములచేత నింపెసగుటన్ దగు ద్వారకజెప్పనెంతయున్

సీ॥ పూవులా ముత్యాల క్రోవలా రతనాల
ప్రోవులా యేవాకబోల్పెసంగు
తేరులా వెలిమావుబారులా పెనురాచ
దారులా కడుజెరు సోరుసెరపు
జెట్టులా బంగారు కోట్టులా మగరాల
చట్టులా పట్టు లే దెట్టుగన్న
జింకలా చిక్క గోర్వంకలా పన్నీట
చింకలా యేఃంక జెలువుసూపు

తేటులా ముద్దుకోయిలపాటలా చా
కాటమైవెల్గు పూవుంతోటలందు
కోటలా పేటలా కడువాటమాట
వీటికిగోటెన్న మిన్న ఇన్వీటికన్న.

సీ॥ కోటచుట్టు నగడ్త లోటుపాటునులేక
పాటిల్లుపాల మున్నీటిదెగడి
అంది చందురుని కంపాదజేయగ బోంట్ల
కెందు వీఁగుమేడ బిందమొప్పు

నిన్న మొన్నటి-చిన్న గున్న యేనుగు పెన్ను
దన్ను మిన్నేటి పెంపమ్ము నుబ్బ
తలపుతో నుదుటు జంకెలతోడ పలికెడు
పలితో జఁ ముసల్పు వాసనములు

తీవలో ముత్తైకోవ్రిపలో తియ్యగున్న
మావులోతమ్మి బావులఁ తీప్ర లేమొ
నా వెలుగుచున్న యాటల నాతిచిన్న
గములు పొలుపందు నందు సింగార మూర.

మ॥ తొలిపల్కుల్ నలువొందగా జదివి తొడ్రో తెల్గుతో సంతరయ
బొలుపొసఁగ్గరిగింతు గప్పుడమివేల్పుల్ వారల౯ జెప్ప
నలువ౯ వేలుపుటొజ్జ బెంజలుప నెన్నంబోలునే సాటిగ
దఁ పంగా ముదివాండ్రు పల్కుగవిలో చాత్తా సగాసం

క॥ మెచ్చురురా చకోరంబును
వచ్చిన గొడ్డంటిబోదు వడి మీ చెడు నా
చిచ్చరకంటిని సైనను
దచ్చనలాడెదరు పుడిమిదాలుపు లచట౯.

ఉ॥ అక్కట నేస్తకాడు జగమంతట విచ్చము నెత్తుచుండగా
రొక్కపు తేడు వద్దనడు కోవెలడింబలె నెంతగాల్చినం
గక్కసమైనయా బ్రితుకు కాల్పనొకోయసి యూపడింతు,
పెక్కిన జేరసారములు నీగియు సొమ్ము సుగబ్బకోసుట
గీ. అడుగుపుట్టువు లచట జెన్నారుచుండ్రి
గింజయును డబ్బు తమచేతికింద చాల్పు

పాత్రలనిండ నుండగాఁ జితగాండ్రి
మస్పి చుట్టాల ఁతవ్రుల ఁకనిపి తనిపి.

సీ॥ ఆరెండునవచెంగ్ల కీరెంటికిని జేర
మేమితేడాయెబు యెమ్మెలాడి
యీరెంటిపై వ్రేయు మారెండు తమ్ముల
బట్టిన గండు కావలయునెవ్వ
నాకంతజెప్పెడినో కాని వహ్వారే
ముద్దులూరెడిసుమీ పుష్పబోణి
యెంతలాడగనేల వుంతజొచ్చినవెన్క
నెదవగుల్కానువాని నదిమియడుగు

గీ॥ వనుచు నీరీతిపూలమ్మ నన్ని కడల
నెలతుకలతోడ నవ్వుచు నిండుజవ్వ
నంపు నెరజాణలాడు చెల్వంపుబల్కు
లింపులనునింప్ర వినువారి కింపొసందు

చ॥ వెలవెలబారునట్టితరి వెన్నెలవరం బగు పుష్పవాటలన్
మెలగినపిల్లగాలి యటమేసినతావుల నెల్ల వీటి క్రొం
దళుకు పసిండిమేడల యదాయదనై సిదురించునట్టి రా
చెలియల మోములందుని-చి చెచ్చెర మేల్కొన జేయునచ్చటన్

చ॥ చదివినవారియిండ్లను వసారల గట్టిన పంజరంబులన్
బొదలెడు పెంపుడుండిలుక బోదలుజెప్పెడి కైతలోచవుల్
మదివనియింపవేరికి బలా తొలిపల్కులహజ్జ లెట్టులన్
జదువనెరింగెనో కయితజాలెటు లబ్బెనమ్యోనోకజా.

క॥ ఆపీటికిగాపై తో
డ్రో వేల్పుంజాల్పుగల్ప దోడ్పడుపాపై
పాపవేల్పుంగవి రాపై
యావెన్నుండోప్పు బత్తి కంజెమతోపై.

సీ॥ ఒకవంక బలుడు సాత్యకి బరావడసింప
నొకకేవ గదసాంబులొదిగియుండ
నొకచాయ దనచుట్టలుబ్బుమీరగగొల్వ
నొకతట్టువెలవెలందుకలు బాడ
నొకదెస కైసరు లూని కబ్బముజెప్ప
నొకజాడ పెనుప్రోడ లుబ్బియాడ
నొకప్రక్క జెట్టీలు హుసరు దెబ్బలుజూప
నొకట మంతురులేమొ యుగ్గడింప
నెల్లరికి నింపొసంగుచు నితనికంటె
కొలువపగువాడు పెరవాడు గలుగడెందు
ననుచు గొండాడ నాకల్మి యన్ను గూడి
జగము గాపాడుచుండు నాసొగసుకాడు.

సీ॥ కలికరిగాడు దగ్గఱజేరువారల
కురక కఱవు దీర నొసగుగాని
పిఱికితనము లేదు బిరుదుకక్కసి జెట్ల
విఱచి నేలకుబట్టి చఱచుగాని
మొఱకుతురకగాడు విఱివియా చుఱుకుతో
నెరపల్కులెత్తరిజరుపుగాని
యొఱిగినవారల మఱచి పోవడు పరా
మరికచే మురువు గన్పరచు గాని

మురియఁజేయు బదార్వేలగరిత లున్న
యిరవులం దనమకలేక సవుత బెరిమ
నరుముకొని మెరసెడి కనికరముతోడ
గొనములకునెల్ల నెల్లయై తనరు నతఁడు

క॥ జగములనన్నిటి నేలెడి
మగవాఁ డట్టిట్టి గాఁడ మనియెడివారిన్
వగపున్ నెవ్వాయు రవ్వయు
తగులాటము లోటుపాటు దగులునె యెందున్.

క॥ అచ్చట సత్రాజిత్తను
పొచ్చెము పొకయింతలేని పున్నెపుఁగని పే
రెచ్చఁగ గాపురముండున్
మచ్చింతయులేక నాచమరియాదలలోన్.

చ॥ పెరిమను జవ్వనంబునను బెండిలిదైన నెలంతయం దతం
డరుదుగగాంచెగూతునుసయారెయటంచునూరుల్ కరంబున
బ్బురపడి చూచుచక్కఁదనము న్గొనము న్గలదానినెందుకున్
సరిగనరానిదాని బుధి సత్యయనన్ జెలువొందు చిత్తరిన్.

చ॥ తిరమగు క్రొమ్మెఱుంగుగసిదేరినమాటలు నేర్చెపల్కుఁ బం
గరునునుకీలుబొమ్మ యొసికంబగు మేన్గల పూవుదీవ యె
త్తరి పసవగ్గిపోని వెలిదామరపూవుల చెండు సానపై
నొరసినమానికంబు చెలి యొప్పుల నేమని విప్పి చెప్పుదున్.

క॥ అమ్మగువ తండ్రి యొప్పుడు
నిమ్మన కదనునకువచ్చు నెల్లరకున్ బో

నమ్మొసగి తమ్ములమ్మిడి
నెమ్మదితో గొల్చువారి సెలవులకనుపున్.

సీ॥ కొమ్ములగాంచిన గుర్రిమ్ము నేమోయని
జడుపుగల్గించుచు పుడుసుదొడుసు
కావలివాండ్రిట బోవనీయరుగాన
వితయాచలంపగా వేల్పుజెట్టు
పిసినిగొట్టులయిండ్ల వెస నంటుకొనియుంట
జెంచరా దెవ్వారు సిరివెలంది
జేజేల తేని బాసియయుండ చటుగాన
దూరమేనికిని జేజేరతనము

నీతడే వేల్పురామొదవీగిచెట్టు
నితడె మాపాలిటికి సిరి యీగిరసన
మనుచు పుడమినిగల బీద లలముకొనగ
దనరు సత్రాజిత్తుండు నిద్దా యసమున.

క॥ ఈరీతి నుండగా పన
చేరొక్కరుజేమిలేక చెల్లిన నత డె
వ్వారిని మన్ననసేయగ
నేరక నివ్వాటిలు సెక్వ సెక్వగదోపన్.

గీ॥ తలచె నిట్లు మునిని కలవానిచెడుచెగువ్వ
రైన తెలివిగలవిద్యు తనర్పు
లేనివాడుపురుమి లేనివాడనుమాట
నిచ్చసెంచి చూడ నిచ్చలంబు.

చ॥ కావున తమ్మికొమ్మ చెలికానిని గూరిచి కొల్చి తక్కువై
పోవని మేటిసొమ్ము గని బొందెదగాక యటంచు నెంచి యా
లావరిచారకున్ మురువులన్ మురిపించెడు ముద్దుబిడ్డకున్
దీవనలిచ్చి యిల్లకలై తెంపును బెంపు వలంపు నింపగన్.

గీ॥ కవలి పసిచని గండుతుమ్మెదలు బొదలి
రొదలుజేసెడి చలువపూపొదలుగలిగి
మదికి నింపొసవించు గమ్మనగు తావి
రా నిరాబాధులుండెడి కోనలోన:

సీ॥ మున్వాస్నె మెకముల ముత్తైదువలపిండు
పసులదూడలకు పాలొసగుచుండ
జవ్వాజిపిల్లుల పుష్పబోడులు కూర్మి
నెలుకకూటువులతో నెలమినాడ
మెకపురేడుఁపిల్ల లెకసక్కెములఁతోడ
జింకబోదలగూడి చెలిమిజేయ
తోడేళ్ళగుంపు సంతోసంబు గనికరం
బెనయంగ మేకల ననగి పెనగ

పులుగురేడులు పాములు గఁసి మెఁసి
తద్దయును గారవంబున దనరుచుండు
తబిసియిరువాకదాని సత్రాజితుండు
గాంచి యిది మంచిచోటని యెంచె నెడద.

చ॥ వెస నటనిల్చి పూన్కిసరవింగన నొక్కట గొల్చుచుండె నా
కసమున వెల్గుమానికము గార్కొను చీకటిపీల్పు మ్రొక్కినన్

చ॥ కావున తమ్మికొమ్మ చెలికానిని గూరిచి కొల్చి తక్కువై
పోవని మేటిసొమ్ము గని బొందెదగాక యటంచు నెంచి యా
లావరిచారకున్ మురువులన్ పురిపించెడు ముద్దుబిడ్డకున్
దీవనలిచ్చి యిల్లకలె తెంపును బెంపు నలంపు నింపగన్.

గీ॥ కవలి చనిచని గండుతుమ్మెదలు బొదలి
రొదలుజేసెడి చలువపూపొదలుగలిగి
మదికి నింపొసగించు గమ్మనగు తావి
రా నిరాబాధలుండెడి కోనలోన:

సీ॥ మువ్వన్నె మెకముల ముత్తైదువలపిండు
పసులదూడలకు పాలొసగుచుండ
జవ్వాజిపిల్లుల పువ్వుబోడులు కూర్మి
నెలుకకూటువులతో నెలమినాడ
మెకపురేడుల పిల్ల లేకసక్కెములతోడ
జింకబోదలగూడి చెలిమిజేయ
తోడేళ్ళగుంపు సంతోసంబు గనికరం
బెనయంగ మేకల ననగిపెనగ

పులుగురేడులు పాములు గలసి మెలసి
తద్దయును గారవంబున దనరుచుండు
తబిసియిరువాకదాని సత్రాజితుండు
గాంచి యిది మంచిచోటని యెంచె నెడద.

చ॥ వెస నటనిల్చి పూన్కి నరవిందగన నొక్కట గొల్చుచుండె నా
కసమున వెల్గుమానికము గార్కొను చీకటిపీల్పు మ్రొక్కినన్

వేయిచేతులుగల్గి వెల్గుచుండు నెవాడు
డెవ్వాడు బలుకోర్కె లిచ్చువాడు
ముక్కంటివలపలిచక్కికన్నెవ్వాడు
యెవ్వాడుసోకుల నేర్చువాడు

పండుగుల బాముచే బట్టుబడెడువాడు
నరయ తొలిపల్కులకు బెట్టిదైనవాడు
సుకము లందరి కీయగా జూచువాడు
ఎవ్వ డవ్వాడు నాకోర్కె లిచ్చుగాక.

గీ॥ పగలుగాపించువాడు సోకుగమిసూడు
దొసగు చీకటివేటాడు దొడ్డరేడు
నన్నుమన్నించు కోరికలన్నినించు
ననుచు పలువుంతలను వేడుకొనిసయంత.

గీ॥ తమ్మిచెలిసంగడీడు సత్రాజితునకు
కనికరమున శమంతకంబనెడు గొప్ప
మానికము నింతవెలయనరాని దాని
దీసికొని వచ్చి చూపి యాతీరుపలికె.

గీ॥ దొరక దియ్యది జేజేలదొరకునైన
కడలియల్లునికైన ముక్కంటికైన
గట్లనిల-విల్వరాతలకట్లయందు
బుట్టదిది యున్న నెవ్వయువట్టు లేదు.

సీ॥ ఇదియున్నవారల కిచ్చుబంగారంపు
నాడెముల్ రోజుకు నాల్గుపుట్లు

ఇదియున్న వారల కిచ్చు సుకంబు ల
వ్వారిగా వారల వారలకును
ఇదియున్న వారల కిచ్చు యసంబుల
పిండు విన్మను చుక్క లుండువఱకు
ఇవియున్న వారల కిచ్చును విద్యల
మనువల నిక జాలు ననెడువఱకు

పొసగ దల దాల్చి యోలగంబునకు జనగ
మంచిచెడుగుల నేరి చూపించు తగిన
దారినడిపించు వాసగు లెంతయును నెంచు
దీని కెనగాదు వేల్పుగామానికంబు.

క॥ ఇది తలదాల్చిన నావము
గదుమున్ జేతులగుంపు గావించు వానిన్
బదితలల వాని బంగము
పదితేరుల వానిపట్టి పడగొట్టిరటుల్

సీ॥ ఒకటవాకిలియందు నొప్పైనగోడ కెం
తయు మోము నొవ్వగా దాచుచుండు
రొకవంక పెద్దనీటి కొలంకు వని యెంచి
బట్టపై కెక్కకొల్మెట్టు చూడు
రొకచోట గద్దెయం చొగి కూరుచుండ దం
బరముతో జని క్రిందబడుచుచుండు
రొకచెంత వెలజంతలుండిరంచు కవుంగి
లించి సిగ్గున దలపంచుచుండు

రీ శమంతకమానికం బెవని యింట
నుండునో వాసియింట యేపొందు ప్రోడ
లైన జదువరులైన రేంద్రైన గాని
దీని గొనియాడ జిహ్వల జేసి తరమె.

క|| అని పల్కుచు విదురతనము
కనికరమున రతనమీయగా గైకొని యు
య్యన మ్రొక్కి సంతసంబున్
బనుపడ దనయిల్లుజేర బయనంబాయెన్

క|| ఇచ్చటికత యిట్లుండగ
నచ్చోటన్ సత్య వెన్నునంవలి గోపముల్
మెచ్చుంపగు నందంబును
నెచ్చలిగమి సెప్పగా వినియె దగులూనెన్

చ|| తగులము నాడునాటికి నెదన్ జిదురల్ బొనరింపనెంతయున్
బెగడివితాకుజెందు చెలిబిందముగాంచునొకోయటంచు లో
దగిలెడు సిగ్గుచే బయికి వా గనసీయక దాచుచుండు న
మ్మగుదనుకంతుగాయిడియు మోపగుసిగ్గుపమంబుల త్తరిన్

ఉ|| ఒంటరిగూరుచుండి మరుడూత్తలపెట్ట గలంతబారి వా
ల్గంటిపలంచు నిట్టు మరుకాకల కోరుపజాల చుట్టువా
ల్దంట కరంబు నన్ను తనదాపున జేరిచి బుజ్జగించుచున్
జంటియబోలు మోవి చవిజూడగనిచ్చినదాక నెంతయున్

సీ|| అవటుతో జని వెన్నునదిరించి యెదయందు
నుదుటుగుబ్బలు బిగ్గనదుము టెపుడొ

సింగారముంగారు చెంగావి నునుమోవి
పానకంబూని నే నానుటెపుడో
చికిలద్దములనేలు చెలువుని చెక్కిళ్ళ
చెలువుమై ముద్దాడ గలుగుటెపుడో
తొలుకారుమబ్బు సొంపులు గుల్కు మరునయ్య
నిండుకౌగిటిలోన నుండుటెపుడో

కొల్చువారల కోర్కెల గూర్చుగిడ్డి
వేలుపున్వాకబుట్టిన మేలితాపు
లైనకరివేల్పు హజ్జలబూని కడిగి
తనరు నీటిని నాతల బాల్చుటెపుడో.

ఉ॥ కన్నుల కర్వుదీర చమకంబున నాతని నవ్వుమోము నే
నెన్నడు జూతు వీనులకు నింపులు నింపెడు వానిపల్కు లే
నెన్నడు విందు వేడ్క లిగురించగ గూర్మి గవుంగిలించి న
న్నెన్నడు దన్పు గంతు నికనెన్నడు బంటుగ నేలుకొందునో

సీ॥ కరివేల్పు నొసలిచందురు తేటగాంచక
తగులుపెంకీకిటి తొలగుటెట్లు
బలురక్కసులగొంగపలుకువానలు లేక
నీ విరాలపుటగ్గి బోవుటెట్లు
సరిలేని దిట్టవాతెర తేనె యనుమందు
జెంచక మైకాక డిందుటెట్లు
మరునయ్య కేలుదామరతూండ్లు లేకున్న
బట్టి కోర్కులమోపు గట్టుటెట్లు
జెలగి కంతుండు బరపు పూజిలుకు గముల

నడ్డగించగదేయని యచ్చెలువ్రని
పాల సెరిగించగా నొండ్ల బంచుటెట్లు
పంచకుండిన నామేను బట్టుటెట్లు.

ఉ॥ ఆతనివాతెరం గఱిసి యల్లన నావగ బిల్లగ్రోవి ము
న్నే తరినేమిసల్పెనో ఒలీ సెరిచెక్కులపై జెలంగగా
జేతులసెన్ని పున్నెములు జేసెనొకో తొలి గొండగోగుపూ
వ్రేతలు నేమినోచిరొకో వెన్నునితోడనుగూడియాడగన్

ఉ॥ ఇంపునుసొంపునుం గలిగి యెమ్మెదనర్చెడి వన్నెకానికిన్
రంపెయనంజెలంగు నొకటాగనుగూరిచి యంచచందముల్
బెంపునుగల్గు కన్నియకు బిగ్గరనంటిడు బెంకెనొక్కనిన్
గొంపలుగూల్చుగా నలువ కూళతనంబుల కెల్ల నెల్లయై.

ఉ॥ తావులు కుందనంబునకు దాపురమైనటు లించునందు బల్
పూవులుబండ్లు గల్గినటు బొల్పగు చక్కదనంబు రంగునన్
గోవెలకబ్బినట్లు కులుకుంబలుకు ల్మురువైన యంచకున్
దావలమైన యట్లు నను దప్పక వెన్నుడు గారవించినన్

సీ॥ బంగారు తగటుదుప్పటివాని నావాని
గావించగదవమ్మ గంగనమ్మ
బలునెమ్మికుంచె యాదలవాని నావాని
గావించగదవమ్మ రావలమ్మ
సుడివాలు సంకుదాల్చెడువాని నావాని
గావించగదవమ్మ గంటలమ్మ
ఎనలేనివాని చక్కనివాని నావాని
గావించగదవమ్మ గగ్గిలమ్మ

పైడి రతనాలసొమ్ముల బరగ నిత్తు
పసుపుకుంకుమ తెల్లనివసనములును
కప్పురము గంధమును మీకు నప్పగింతు
నాదుమగవాని జేయరే నల్లవాని.

క॥ అని యెద గుందుచు నుండగ
దనకడకున్ వాణినాగ దనరెడు చెలి రి
వ్వున వెన్కవైపుగా జని
కనులఁ గైదమ్మిదోయి గట్టిగమూయన్.

క॥ ఉలికిపడి పిదప గను ద
మ్ములు మూసిన మగువపేరు బొల్పుగ దెలియం
గలుగుటకై మదిలోపల
దలతుఁ జెలికత్తెనాగ దనరెడు వాణిఁ

చ॥ అనిన నెఱింగెనంచు జెలియంతట జేతులుదీసినన్ గనుం
గొని చెలియా నినుఁ దెలియుకోరికబల్కు వెలంది వేఁడుచుం
డినతరి నేలవిప్పితన నెచ్చెలి తెల్వికి సంతసించి లో
దనపొరపాటు కూరిచి వితాకుపడన్ సరిగాంచి రివ్వరున్.

ఉ॥ అంతటసత్యమోము కనులందమునందము విన్నవోవుటల్
మంతగు నాటపాటలను మాని కలంగుట గాంచి లోన నే
వంతయు లేక యిట్లు బలువన్నెలు చిన్నెలుడిందియుండ దీ
జంతయటంచు నెంచి పెలుచన్ బలికెన్ జతగూరుచుండియున్

చ॥ చెలియయిటుల గుందెదవు చెప్పుము నెచ్చెలు లెవ్వరైన నెన్
గలతయొనర్చిరో యొగులు గారియపెట్టిరో లేక తల్లి నీ

కలమట జేసెనో యెవఁడైన నీపయి నీసుగ్గైనో
తలిరుఁవిల్లు బూముల్కి దాలిచి కంతు డఁంతబెట్టెనో.

సీ॥ బంగారు జంతారు పట్టుచీరెలు వేన
వేలు చిల్కఁయందు వ్రేలుచుండ
రహిమించు పైఠిణీరవికె లిచ్చకొలంది
నసువైన పెట్టెల నదిమియుండ
సొగసైన సొమ్ము రోజున కొక్కరీతిగా
గట్టించి బరిణెల బెట్టియుండ
గమ్మకస్తురియు గందమ్ము పున్గు జవాజి
మేలి చెక్కఁడపు డబ్బిలనుండ

పట్టెమంచాలు పరుపులు పల్లకీలు
జాళివాగిండ్లు మించు టద్దాలు జెండ్లు
నాటచేడియలును పనిపాటవాండ్రు
గలుగ నీవిట్టు లలమట నలగ నేల.

క॥ అని నెచ్చెలి పల్కఁన విని
తన మది కోర్కెఁలును సిగ్గుపడబా టొదవిం
చిన నేమియనక పెనుప
వ్వెనకుఁ జేటెత్తు సిగ్గు బొరలగ ననియెఁ

గీ॥ మూడుజగముల బోటులతోడ కూడి
యొప్పుగా జెప్పరాని పల్కుఁడదరయ
గాన దెల్పెద నీకు నిక్కంపుమాట
వినుము మేల్కొళ్ల చెలులు పా ల్గొనగవలయు.

చ॥ చిలుకవజీరు పూములికి చెచ్చెర గైకొని నాయెడన్ హాః
హాళి యొనరించె తాళఁగలనా యెలనాఁగల నాము మీఁర
ట్టలయఁగ జేయ నాపనియటంచు కషంక నషకంజేసెడుఁ
వలమురితాల్పుజేరి తెరవా తనువాయి రొఝుంగ జెప్పః

సీ॥ మురువుమేన్గలవాని నెరిమించు నెరనించు
నొరయించు సిరిగూడియుండువాని
నునుపుజెక్కులవాని ననతూపులననోపు
కనుచూపులను సొరుగాంచువాని
బలుపువ్వుటమ్ములు గలవాని గలవాని
గలవానికొడుకుసొంపొలుసువాని
యెగుబుజంబులను జెన్నగువాని నగువాని
నగువాని కెమ్మోవి సొగసువాని

మేటియగువాని రక్కసికూటువులను
గోటమీటెడువాని జమ్మెటవియసట
డంబుమీఁరంగ జేయుపుట్టంబువాని
గలుపగదవమ్మ నామేను నిలుపవమ్మ.

క॥ అని తనచెలి పల్కినయం
తన సత్యకు నసిరెు నింతతహతహ జెందం
బనియేమి గొల్లబోంట్లం
దనియించెడువాడు నీకు నాకరుగాడే

శా॥ నీవాల్చూపులు నీదుముద్దుమొగముఁ నీలేతనవ్వుంబసల్
నీవాటంబగుగుబ్బచన్నుగవయుఁ నీమేలికెమ్మోవియుఁ

నీ వేసంబును నీదుజవ్వనము నీ నెమ్మేని సింగార మా
హా వెన్నుండుగనుంగొనన్నిలుచునే యాంవంత నేపేనియున్

సీ|| వలరాజు పువ్వుటమ్ములకు జిక్కని దిట్ట
తమిజెంపనట్టి గొనముల పుట్ట
తలయూచి యెద మెప్పునందు గాంచనివాఁడు
గడువిరాళికి బాలుపడనిఱేఁడు
పలుకరించగ నాసపడని రాకొమరుండు
నవ్వనుంకించని జవ్వనుండు
చేసన్నలనుపనుల్ సేయ నెంచనిజాణ
పలికినంతనె రిచ్చపడనిగాఁణ

కులుకుచూపులు జూఁడని కోడెకాఁడు
మదిని యువ్విళులూరని చదురుకాఁడు
లేఁడుగద నిన్ను విని కన్నప్రోడలందు
వెన్నుఁడాగునె నీలాగు విన్నవింప

చ|| అని చెలినూరడంబలికి యమ్మరొ నేనిక వల్లనయ్యె యుం
డిన పటికంపుమేడను కడిందికడాని మెరుంగు మెట్లదా
రిని జని లోనికిం దరిసి రివ్వున బెన్నెలిపట్టు పాన్పుపై
దనరుచునుండుసామిగను నమ్ముల కుఱ్ఱదనివారగాంచియుఁ.

గీ|| అంతిపురిలోని వెన్నునిల్లాండ్ర నెల్ల
నెడముగా జేసి యవను గావింవిమించి
మించు నీసౌరునెల్ల గుప్పించి తమిని
ముంచి తేలించి యటను రప్పించుదాన

క॥ చూడుము నా నడుపరితన
మోడకు వాడకము తెగుచ నొంచి నగరిలో
జూడకు మిందుల కొంటెక
పేడకుమని పెడలె బోంచి వెన్నుని కడనిక.

క॥ అని చెప్పిన విని యతనిం
గనుగొని శౌనకుడు మొదలుగాని వారల్
వెనుబత్తి సత్య యను సి
నవబోడి యచలికతక విరక చాటుమనన్.

ఆశ్వాసాంతము.

క॥ వినినన్ బాడిన గోర్చిన
గనినక మొక్కిన కాంక్షుగావిం చని
ల్చిన వేడుకొనిన గాడిన
జనువున మన్నించువాడ జగముల తేడు.

అచ్చ తెలుగు కంద గీత గర్భ చంపకమాల.

చ॥ ఇల సిరినేల్లొరా జగము లేక్షేనగా నగ జాలువాండ
ట్టల వలతీ కడుం దగుకడాపిపరంగుపు దాల్చు తేజ యొ
మ్మెలునరుదారగా మిగులుమేన్నెనగొప్పిడి మేదిపోరిడ మె
ప్పుల బరణీ కలం పగను బొల్చెడు సొంపు చందు మాయదా.

గర్భ కందము

క॥ సిరి నేల్లొరా జగముతే
డ్తైరగాదగ జాలువాడ పెట్టిన వలతీ
అరుదారగా మిగులు మే
న్నెరుగొప్పిడి మేదిపోరిడ మెప్పుల బరణీ!

గర్భ గీతము.

గీ॥ జగము లేడ్తెరగా వగ జాలువాడ
తగు కడానిపటంబును దాల్చుతేడ
మిగులు మేన్మెరుగొప్పెడి మేటిప్రోడ
పసనుగొల్చెడు సోకులవంచురాయ.

చంద్రవర్త్మవృత్తము

చుట్టువాల్ మిగుల సొంపు గులుకుసేల్
దిట్టయాల్ మెరుగుదేరు నలుపుడాల్
మెట్టజాల్ తళుకు మేడగములచాల్,
పట్టు లేక గంవాడ బలియుడా.

క॥ గొనముల కిమ్మగు జంగా
హానుమయ గావించినట్టి యచ్చతెలుగునన్
గొనబారు సత్య పెండ్లిం
దనరున్ దాలిగుర్కి ఇది యనన్ జెలువారున్.

శ్రీరస్తు.

శుద్ధాంధ్ర నిర్వచన

సత్యావివాహము.

ద్వితీయాశ్వాసము.

క॥ [illegible]
దరిజేరినవా[illegible]
[illegible]
[illegible]

గీ॥ [illegible]
[illegible]
[illegible]
బడియు [illegible]

క॥ [illegible]
[illegible]
[illegible]
[illegible]

ఉ॥ పేర్గొన [illegible]
[illegible]

డార్కొని కస్తురిఁ మిగులనట్టపుమబ్బును గెల్చియెంతయున్
గార్కొనుచీకటుల్గవిసె గన్నులు గన్పడకుండ గాటమై.

గీ॥ అంత సత్యయు నెంతయునవ్వంత నుంత
నిదురజెందక తనమది గుదురుకొనక
పువ్వుటమ్ములయేకిమీని పోటువలన
దత్తరముబొందు పీడ్వడు తాల్మిగుందు.

ఉ॥ కుయ్యిడుచున్న దాని విరికోలలనేయకుపూని యింక నీ
నెయ్యముచాలుగాని తరి నీకిదియే యని యెంతువేని మీ
యయ్యకుజెప్పి నీదు పొగరాల్చెద దుర్భ్యకు పొంగినట్టిపాల్
పొర్ల్యికిబాలుసుమ్ము మదిబొంగకు క్రుంగకు చిన్నపోలికన్

గీ॥ పూవిలుతుడేడ పెద్దనిప్పుకలలోడ
సెదనిటులుగాడ బలుముల్కులేయుటేడ
కంతుడవుగావు నాపాలిదుంతరాత
వీవుగాకున్న కనికరం బింతదవ్వె

క॥ ననబోడుల నొప్పించుట
మొనగాని తనంబుగాదు ముమ్మొనవా
ల్గిన జోదువంటి వానిన్
గని తాకుము నీబడాయి కనుపడు నచటన్.

క॥ సిరిగల్లు దొరకొడుకు నని
గరువంబున గ్రిందుమీదు గానక బెలుచన్
గరితల గారించెద విది
దొరకొడుకులకుండ దగిన దొడ్డతనంబే.

ఉ॥ బంటుతనంబు జూపె [illegible] యుండదు బోయెము
క్కంటిసి మారుకొన్న పుడు [illegible] బాధిజేసినా
దంట తలంచిజూడ బువ్రుటక్షులు [illegible] పుటల్లెయున్
దుంటె విండ్లు [illegible] కెగయు [illegible] మూకలు [illegible] లేవిహో

సీ॥ వేడితో [illegible] జే[illegible] సి
వారుణంబులు [illegible] గాను
తియ్యనిచెరుకు చేతినుండి జపించు
వా[illegible] నీళ్లు [illegible] గాను
జుమ్మను తేంట్ల టంటమ్మసి [illegible]
వేర నిగొనయు [illegible] పూర
వెసమీర గసిదీర సుసురు [illegible]
నీవాడిములుకులు [illegible] యు

పువ్వుబోడుల కొమ్మల [illegible] మీర
రవ్వజేసెద [illegible]
ముప్పుతిప్పలు బెట్టదే [illegible]
పిన్నవే యుండ నీమేను [illegible].

గీ॥ అనుచు నీరీతి గ[illegible]బులను వా[illegible]
తిట్టుచున్నంత దూరుపు [illegible]
చలివెలుగు [illegible] చక్కజేయ
దీయు వెలిదువ్వెవన దూప్పు [illegible].

సీ॥ వగబాసియున్న యామ్మగల [illegible] యు
బరతెంచు మగచుట్టు [illegible]

నెరజవ్వనమున జూపఱ యా నెలంతుక
మురుపుగారెడు ముద్దుమోమనంగ
ఆకసంబను గోడయందుఁ గాతిరియను
ముద్దగాలిడు నిలువ్వటద్దమనగ
వేల్పులెల్లను గూర్మి విందారగించుచో
నెరిబించు వెండిపళ్ళెర మనంగ

కోర్కులూరించు తెలిమందుకుండ యనగ
జాల్వుతేజు లనియెడు బెజ్జములు గల్గి
చల్లదనమును జల్లించు జల్లెడనగ
నింగి గనుపట్టె నపుడు రేసంగడీడు.

సీ॥ జగములన్నియును ముంచగనోర్పుతరిని యే
పారి పైపైచ్చు మున్నీరనంగ
రేనాతి నెయను జేసికి వలపుతో
గట్టనిచ్చెడి తెల్లపుట్టమనగ
చందురుండను మెరుగుం దివ్వెచేనొప్పు
పాలగచ్చెడు నాటపట్టనంగ
మల్లెపువ్వులుదాల్చి మంచిగంధమలంది
నగుచుండు మగువల సొగసనంగ

రెల్లుపాలను వెలిపస్మి మల్లె మొల్ల
వెల్లి జాబిల్లి పూసిన యుల్లి వెల్లి
మొల్లముగ గెల్చి చీకటి నెల్లబీల్చి
నిండువెన్నెలదగ పిండినెరపినట్లు.

గీ॥ కంతుపెనుబాణలోఁబడి యొంటిఁ గలఁగ
బారికుంచు సత్యయప్పుడు గోరుచుట్టు
పైని రోకటిపోటు కైవడిని వగ్గి
గురియుచును మించువెల్ల చందురునిఁ గాంచి.

క॥ అల్లునికిఁ దోడుగా నెను
బల్లెంబులు బూని పెలల బాకులు బెట్టన్
మెల్లగ నవ్వుచుతె వెన్నెలు
వెల్లముగా గన్న మోము తెలుపగు టెట్లా.

క॥ పుట్టితి సిరి తోడై లో
ల్పట్టిగ బాల్యదశ జగముబడుగు - కీ
దొట్టితి వెన్నుని వడిగిని
కట్టా నీవిట్టు జేయ గాదనరా యొప్పుల .

చ॥ గురుని పడంతితోడ నగనగాహిసవాహన లోచు లోన వా
నెఱిగియు సత్తికేశ్వ సంతులు నిర్వారి చ్చ కొంకకే
మురియుచుమి త్తిగొంగతుది మోసమొగొప్పుడుదుం గించ్రసన్
గరితలు తల్లులైన వెలకత్తియలుం బలె గానుచరే

క॥ సిరితోఁ బుట్టితి నని లో
గురుతెరుగక యంత్రసు నిన్ను గొప్పగు ...
త్తరి దరికొనగా బుట్టిన
వెరవరి విఘ నీకె చెల్లు వేసన నేలా. •

సీ॥ కడలిబెంజిచ్చు సాపడి సుంతమేన్వాంచి
విసముతోడను బయలు వెడలినట్టి

ఉచ్చ్వరకంటి పై సీక నట్టేటును బోర్లి
గాహు కేతువుల కోరల మెలంగి
నెలనెలకును పేడినెలవు జెల్మిని జేసి
పొడుపుఁగొండను సెగ లడర బెరిగి
కడుకాకచే దెల్లబడు జబ్బునను దూలి
పడుచుల బలుతిట్లబడుచు ముదిసి

నట్టి నీపెట్టి వారల కరసిచూడ
జల్లదనమిత్తు ననుమాట పొల్లుగాదె
తెలిసి తెలియక నిను జలివెలుగటండ్రు
నిక్కముగ మింటనిప్పులు నెరపుతేడ.

గీ॥ విసముతోఁబుట్టి మిగుల గక్కసముదోప
దండ్రినిగలంచి తమ్ములదాయ వగుచు
పగలొనర్చెడివాని పెన్బ్రాపు జెంది
చల్లగా రేయిద్రిమ్మరి జారెదౌర.

క॥ అనికంతుం గలువలరా
యని దూరుచునుండఁ జల్లనగు తెమ్మెర మె
ల్లనవీవ నయ్యెదన నది
యును విసమై నిప్పుగాఁ ద్రొక్కోయనదోపన్.

క. వలినాలిగాలి నన్నిటు
చలమున గారించ నీకు జనునే నీపెం
జలువతనంబున కిమ్మగు
మలయంబునబుట్టు టెందు మాటితివో కదా.

గీ॥ చెదుగువను నే[illegible]వు బం[illegible] పలగను
సన్నటుల నగ్గితో నే[illegible] పన[illegible] జేసి
జగములేప్ప నిప్పుసుర[illegible]ంపు
వితము విత పన్లె చెప్పను [illegible]

ఉ॥ పాముల చేత బ్రింగబడి బప్పని[illegible] [illegible]బు నిక్
బాధిప గబెటు విప్పె యని [illegible]
రాషని తోటల౯ [illegible] గొ[illegible] లే. గొట్టు నీ
తో వరిగొన్నరిషు బలుమూడుమనుగ బను[illegible]దు [illegible]

క॥ ఊరిని రిట్లుచు౯ సు[illegible]
బారింబడి కిలగుటపంచ [illegible]బు[illegible]
కొక్కొరోకోయని కొక్కల
పూరింప౯ గూసె [illegible]

సీ॥ వేవెల్గు [illegible]కను విని సంజవిప్పిన
ముత్యాలపాకట [illegible]
తరిరేడు [illegible]రేనెలంతను సెంది [illegible]
తళుకులు విరితనాల [illegible]యాగ
చాయయ౯ బోటి మెచ్చునబొ[illegible]
క్కంపుటౌపలపరాసి[illegible]
దూప్పుచెలి యుబ్బుతో [illegible]కవాడిగి[illegible]
ట్టిన మగరాతి గుంపయాగ

పట్టుపగలింటి రాజురా బయనమైన
పొడుపుగుబ్బలియను చిచ్చుబుడ్డిగాను

పర్వమనితొల్త లేచుపెన్ రవ్వయనగ
నక్కజము మీరగా వేగుజుక్క వొడిచె.

చ|| తైఁ తెలవారె దూర్పుదెస తెమ్మెర మెల్లనె వీవజొచ్చె ది
వ్వెఁ సొబగంతయుం బరిగె జెర్మిబులుంగులు గూళ్లనుండియే
కలకలలాడె నింపుదొలుకన్ విను జవ్వని మేన గప్రిపున్
గలపమలంచిన ట్టుమరె గల్లుమటంచు జగంబు మేల్కొనెన్.

సీ|| తమ్మిపూఁబోడికందము వింతగావచ్చె
రేవెల్గురాల సిర్ని లుపఁజొచ్చె
జక్కఁవలొండొంటి జతగూడుటకు మెచ్చె
నిరుఁకు దెసలేక సెందువొచ్చె
చెనటిచేడెఁకు మోమున నెవ్వగలువచ్చె
గడలెక్కిచెల్వ జొక్కముగ హెచ్చె
జిగురుటాకుఁనున్న యివమంతయును విచ్చె
వెస మరుం డించు విల్ విడిచిపుచ్చె

గలువపలొచ్చె పురిపుల్లుగములు విచ్చె
జపుపుదొంగఁల మైవ్రిచ్చె జగము వెచ్చె
పారుఁనుసంజవార్చెడి పనులుత్రిచ్చె
పొడుపుగుబ్బలిపై బ్రొద్దుపొడిచివచ్చె.

గీ|| గుడుసుస్కైదుపజోదు మేల్కొల్పువాండ్రి
పాటఁనుబద్దెముల దెల్లవారుమున్న
లేచి తరిచెయ్వుఁనుదీర్చి లేతజవ్వ
నంపుచెలినోర్తు నుడుఁదేలింపుచుండ.

సీ॥ ఒకముద్దుచెలిదిద్దె నొగి పన్ననావంబు
నొకకొమ్మ సరతమ్మ నొసగెచుట్టి
యొకబోటి వలెవాటు నొప్పుగా సవరించె
నొకనెలంతయలంత నునిసెపొగ్గు
లోకజంత కడువింతలొలుకు వస్త్రీనిచ్చె నొక
మించుబోడి పేసుంచెమెసను
నొకతె కైదుపుసంకు హొయలుగా గుదిరించె
నొకముద్దురా లద్ద మూనె నెదుర

మంచిరతనాలపీటపై మునినిల్పి
యెన్నియో చెయ్వులను మురిపించి తప్పు
దెలమినొకపెండ్లియగువారి కన్నియుంట
నేమియనవచ్చు వెన్నునియింపుసొంపు.

ఉ॥ అప్పుడు వాణి సత్యకడ నాడినమాటలు గూర్చి యంతయో
యొప్పిదమైన చెల్వమున కొప్పగు వేసముబూని సొంపునై
జిప్పిలసన్న చక్కెరను జిక్కసితేనియబూని చెందుగన్
గప్పురపున్ విడెంబులను గానుకగా గొని వెన్నుసింగవన్.

గీ॥ పయనమౌతోడ నెదురైన పండ్లగంప
గాంచి మదిలోన బొంగి రొక్కంబొసంగి
యేరుకోల్పండ్లుగొని యింపుమీర
మరునిగన్నయ్యదేవిడీ కరుగుచుండె.

ఉ॥ వాసిదలిర్చు వాణిగని వాకిటికావలివాడు దప్పగా
మోసరిలంగబోవు చెటనొప్పగగాంచిన వెళ్ల, చుగాల

బోనెను తొండముల్ పయికిబూనిచి చల్లనినీరు రివ్వునన్
దోసిచనన్ సెలంత యుసిరో యివి మాచెలిపాలివన్నటుల్.

గీ॥ ఇటుచని యేడకేగెక వెద్దిగోరి
యెవరికడ కేగ్వరి తెప్పు నీ విటులరమ్మ
టంచుబల్కెడు లేత్తులగాంచి వారి
సేవియో మంచిమాటల నితవ్వపరచి

ఉ॥ పూచిన మల్లెతీవియలు బూనికగాగ గడాని మెట్లపై
పాచెడి యెల్లతమ్ముల నదల్చెడి యష్టుల బల్ బెడంగు లా
హా చలివెల్లురాపణకులందున వెన్నుని మేడలచ్చికెం
తేచెలువారు బొట్టునిక తేజున వెగ్గెడు మోమునందగున్.

ఉ॥ అత్తెలిరా మెరుంగు పనియందపు మేడచిడీల వేల్పురో
కత్తియలబ్బురం బెసగ గన్గొననిల్చి రనం గడాని కొ్రం
జిత్తమవ్రల్ సెలంగి చెలిచెక్కిటగంపము బూయ గన్నుపై
కెత్తి కనుంగొనంగ సిహీహీయని నవ్వట లబ్బురంబగున్.

గీ॥ మేడపై వాకిటను జొచ్చు మెలతగాంచి
చిన్నపడుచులు మరియాద జేసిలోని
కేగుదమురమ్మ చూచెదవేల రమ్మ
టంచు పనులాగ జనియెడు నట్టితరిని

సీ॥ ఇటురమ్మి చిన్న ముచ్చటయంచు బిల్చుపం
జరపు జిల్కలకు జక్కెర యొసంగి
నడకసొంపులకు వెంబడిడౌలు రాయంచ
గమి తమ్మి కాడల గట్టివైచి

యాటపాటలను టాటోటు జేసెడు బోంట్ల
కుడుగరల్ కప్రంపు విడెములిచ్చి
గోరవంకలకు దేంట్లకును గుంచె పిట్టల
కింపైన కానుక లిచ్చి తనిపె

మరువ కచ్చోటి యంపరి మచ్చికలను
యెట్టులోకాంచి యాజగజెట్టియున్న
లోనినగరాల నగరాల జానుమీరి
యబ్బురంపౌ హజారము కరుగునపుడు

సీ॥ పదియారు వన్నెఁ బసిడిముప్పురిలాళ్ళ
యుయ్యాల గిల్లాబన్త్ర లూచుచుండ
పొలుపారు బంగారు పూవారములు సన్న
మంచునా బన్నీటి సాంచజల్ల
జంత్రముల్ వేలుపుంజంతలాకోయన
హరువైన పాటల నబ్రిపరచ
బలురంగురతనాల కలికి చిత్తరువులు
ముడిచి మేల్ కపురంపు విడెములీయ

రుక్మిణీ హొయరంగుతోడ బిరుదవెలయ
దనరియొసంగెడి యానలు దలనుదాల్చ
నెందరెందరొ వాల్గంటు లెదురుజూడ
దిట్టయై మించు నా జగజెట్టి కృష్ణుడు.

కం॥ మొక్కికొని చన్న కాన్కలు
రక్కసిసూడునకొసంగ బ్రాబల్కులజో

డక్కొమ్మ గాంచి యెంతయు
మక్కువ దోపంగ నేమొ మాటాడికడున్.

క॥ నీరాకకు గత మేమని
గారామున నడుగ గుడుసుకై దునజోదున్
గూరిచి యిట్లను జెలి య
య్యారే నెరపొ్రిడ విట్టు లడుగుచె నన్నున్.

గీ॥ అనిన వెన్నుండు ననసుది నరసిచూచి
గుట్టుగలమాట యాట లో గురుతెఱింగి
వినదగిన గట్టిసనివాండ్రనునిచి తక్కు
గలుగు రుక్మిణి మొదలైన చెలుల నెల్ల.

గీ॥ తాన మొనరించి సాపడుతరి యిదేయ
టనుచు దరిదెల్పువారిచే వినగవచ్చె
గాన మీరెల్ల రిరవుల లోనికరిగి
యోగిరము దినుడన వారు లేగిరంత

క॥ వెన్నుని కిట్లను చెలియో
యన్నా యొకమించుబోడి యందంబులకున్
ఒన్నియ గాకన్నియ బలు
మన్నియ వన్నియలతావి మల్లియ తెలియన్.

క॥ కొమరెత సత్రాజిత్తున
కమరున్ మరువంపుమొలక యందము గులుకన్
దమినేలు చిలుకమరునకు
దములపు లేదీసనీకు దగు గూర్పంగన్.

గీ॥ అనిన వెన్నుండు గొప్పకొంగుంత కొక్క
వెక్కువైకట్టి రణనాల బక్క వేల్పు
జెట్టునట్టును తనకబ్బినట్టుబొంగి
మున్ప్పితేప్పుబ్బునై వెన్నయూర్పసిసి.

గీ॥ బోటి నీచెప్పినంతటి వాడ్నైన
సొబగునకుఁ జేని నామీఁదసుంతప్రేమ
జూపినను గూర్చ నానేర్పు జూడఁ జెప్ప
నిన్ను గడుహార్మి జూచి మన్నింతుననిన.

క॥ ఆయెలజవ్వని యంతము
వేయుకలఁ పలుకులను వేలుపుటోజ్జ
మాయురె చెప్పఁగఁ జాఁ దహో
యోపినయంత వినుతొనని యిట్లనియెన్.

సీ॥ నెలదినవజ్జ్వమొగంబు వేల్పుబువ్వయితంబు
సెరజవ్వనుల కురుల్ నెలకనుబులు
చికిలద్దము నేలు చెలియచెక్కుటద్దాలు
పుడక తేనియకొప్పిఁ పనతిమోవి
మరునికొన్నినతూపు వనితుకవాలిచూపు
గరితకన్నుఁబోలు గండుమీలు
మెరుగెక్కు పాలిండ్లు మేల్మిబంగరుగిండ్లు
చెలియ నూనూగారు చీమబారు

మిన్నుసమ మెన్నగా నెన్ను మెలతకౌను
అనటికంబాలు తొడలు రాయంచనడలు

లేమనీటుగా కెందుసు లేమ లోటు
అన్నుతలమిన్న పాపి యొప్పైన సున్న.

క॥ ఏలబిపు జక్కవదోయిఁగ
బలె లం పునకాన జిల్గుస యైవలోనన్
గుబ్బె కెడు గుబ్బచనుంగవ
యేలనాగను వింతసొగసు నిచ్చెం బళిరే.

క॥ నగవును రత్నపు పోగులు
నిగన్ని గలుగుప్పకూరి నెరిజెక్కులకున్
సొగసిడె చిక్కుల్దంబుల
వగలెడ్చి వెన్నెల మెరుంగు దాటులు నాగన్.

క॥ నూత్న బూర్నను సంపగి
పూర్నన్ మొగ్గయును బోలతిముక్కున కెనయే
లావెన్నెల మోము సంపెసు
కాన్తన యందేల వ్రాలిగడగదు గానన్.

సీ॥ మరుపిక్కటారి చూపరియాతుటారి బల్
హరువామిటారి యాగరితమిన్న
వసంతపు సొల్కు యస్త్రము చేతిచిల్కు బం
గరుమేల్మి గిల్కయా కల్కియెన్న
లేగున్న పూవిబలే కప్పురపు దీవి
గాటమాతివి పన్నిటికోవి
యొనలేనితావి సొంపెనయు సున్ జెంగావి
వనరాసు మోవిచెంపమిన్న బావి

యూ హెలకం గా సొంబగుకంగు నా బెళంగు
దాని యొయ్యారపుందీరు దాని సొంపు
నట్టి సింగారముంగారు నాసిగార
మెందుపాలతుల యందు లే పెమరందు.

చ॥ మురిపెముగారునవ్వును మోమొగయున్వెలిగొప్పుపువ్వుచూ
పరసిన మాకుతూపు కనులొంగ జేయానగొప్పు గుబ్బలా
మురువగుపూలచెండ్లు భుజముల్ గుబారాన పతూంష్టునాగన
మ్మరుచపుమోక సెన్న పటమూతే పూనికపుష్ట పి వ్రకుణ్.

క॥ అనిబోటివింత సొగసుం
దనమును జెరయంగ జెప్ప వనమేచు నొప
క్కని తాల్మిచళుక్కని చి
క్కనిగుండె తటుక్కన నిని గళ నింపించు౯

సీ॥ ఆచానమోవి నా కందజేసిననీకు
గెంపురాపతకముల్ సింపువాడ
నెలనాగ గబ్బిగుబ్బలనొత్తగన్గింపు
మింపారపైడిగిండ్లిచ్చువాడ
నెలిచిన్ననవ్వువెన్నెలలు బర్వనొసప్ప
హారుమంజి తేల ముత్యాలసరులనిత్తు
సెలతొచెక్కిటనుముద్దు లొసర్పగాపింపు
మించుటద్దాల్ నీకు నొసంగెదు

నతివ లేగాను బిచ్చి కవచనిమ్ము
పొందుగా నిన్ను జూపి మున్నింప జేతు

నిత్తునిత్తునటన్న వాఁ డేయుఁడంచు
నెంచఁగాఁబోకు పూవఁ గాంచుమన్న.

క॥ ఇటులాడిన వెన్నుసి య
ప్పటిముచ్చట లాలకించి వాణియనుఁ మా
సటిపూలు రమ్మి పుష్పాల
జిటుకుచిటుకనుచుగోయు చెలిజూపింతుఁ

ఉ॥ వారలయింటి వెన్క జెలువంబగు పుష్పఁ తోట తేటనీ
రూపున డుంగువింతయుఁ యొప్పెడితమ్ముల కల్వపూలనా
చేరువ జల్లినై పువుఁ సెజ్జలుగల్గుపొదల్ దనర్చు వెఁ
డాటనివచ్చి నీవచట డాగి కనుంగొను మింతి నేర్పడఁ.

సీ॥ కనుసన్న జేసి మెల్లనబిల్చి పలపింపు
మెలతనమ్మని పూచి పిలువబోకు
చెంగావి పెదవి మచ్చిక జేయుదువుగాని
జుమ్మటంచనిపట్టి జుఱ్ఱబోకు
ముగుద చెక్కిటముద్దు మోవినుంతువుగాని
పలునొక్కులనుగాటు పరుపబోకు
కొదమగుబ్బలుముట్టి కూర్మినింతువుగాని
పిడులునట్టుగ బిగ్గనదుమబోకు

మెలమిజెన్నారగా కౌగిలింతుగాని
యక్కునక్కునగదియించి నొక్కబోకు
నిన్న మొన్నటిచిన్న రాకన్నెగాని
ఛాన నెరజాణగాదు నాయాన నీకు.

క॥ పడతి గనులారఁ గన్గొని
కడపట నీ యిచ్చకో [illegible] గావించు[illegible] నే
తడవయ్యె వచ్చి [illegible]
వెడలెద సెల విమ్మటంచు [illegible].

క॥ చిరునవ్వు లేవెన్నెలన్
సరిరా నెరనీటు [illegible]
స్వైరిబోవ వెంట [illegible]లు
మురిపెంబున [illegible].

క॥ వచ్చిన చెలి [illegible] వన్నన
లిచ్చి కడుం దీవనముగ నిట్టును [illegible]
పచ్చిదియొ నీ[illegible]టగజని
వచ్చినపని చివర మేలు[illegible] ప్రమీ.

ఉ॥ వెన్నుడు పెండ్లియాడు నిను [illegible]తో[illegible]దేని నీ
యన్నటు[illegible]మాటగల యక్కరయు[illegible]సి మేల్
వెన్నగలుంతు నక్కరము[illegible]యుంబలే
వన్నుల మిన్న కూర్మి చెలువారగ [illegible].

గీ॥ అనిన నవ్వాణియును తనయనుగు [illegible]
బెరిమ దైవార [illegible]రివాన గురిశినట్టు
వేల్పురాజెట్టు[illegible] జే[illegible]ట్లు
డెంద మిగురొత్త బల్కె నీ [illegible]మునను.

క॥ అగుబెండిలి కృష్ణుడు నిను
జిగుగా కుంబోడి సంతసిలు మీ [illegible]లో.

దిగులున్వేడి యన పిగ్గుచు
జగియును చిరునవ్వు వోలెక జెపుమాతయు నాఁ

కం|| తలపగ నెర్నో పున్నెం
బులు తొలిపుట్టువునజేయు పున్నెంబుల పోఁ
పులకబ్బుగాక లాతుల
కెలవడునే వాని జూడ నన్నులమిన్నా

కం|| తొలి నే నోనరించిన బల్
కొలన్నియు గొండలటు కూలగ వేల్పుల్
నలువయుముక్కంటియు గన
నలవి యోకంతయునుగాని యతనింగంటిఁ.

సీ|| రుక్మిణీమెరుపు గార్మొయిలునానగువాని
బంగారురంగు దుప్పటమువాని
వెలిదమ్ములనవల్వ చెలగుకన్నులవాని
వలమురిసుడివాలు గలుగువాని
జెలిమిన్న లెంవరో వలచిపైబడువాని
గమ్మనితావుల జిమ్మువాని
పలుకుపల్కున జవు ల్గులుకరించెడువాని
నెరజాణర్గయి మించు నీటుకాని

గంతునకు వండ్రియనగ జొక్కమగువాని
నలువపుట్టిన తమ్మిపొక్కిలిగలాని
నొరపుగలవాని నొయ్యారమొలుకువాని
గాంచి నా డెందమును వనిఁబంచి మించి.

చ॥ అవనెటులో యొంచ్చి చెలి[illegible] నిగుగిరా[illegible] [illegible]ప్పుచెంచినీ
తుదిమొదలేప్పడం బటి [illegible] [illegible]వగు జవ్వాంబు నా
చదువకొలంది చెప్పమని జాల్గాని [illegible] [illegible]ంగి యా
చదువుడు ముగ్ధ తేలి [illegible] జేసితిన్.

ఉ॥ ఎట్టి యొనేడ [illegible] [illegible] [illegible] మె
ల్లన [illegible] [illegible] మొగుసుంచు [illegible]
గిల్లి చనుల్ గలంప [illegible] ముద్దులన్
బెల్లుగ[illegible] [illegible] [illegible] [illegible]ప్పెడి.

క॥ అనిచెప్పిన [illegible]యు
తనమో మరవ[illegible] [illegible]
కన న[illegible]గింజ నీకో
టను బడి నానపని [illegible] గొట్టు[illegible]న్.

గీ॥ నిండువందువ [illegible] నీ[illegible]
వెల్లునగు మోము[illegible] [illegible]
వలచు కోరినవాడు చే[illegible] [illegible]
మాటకిన్న [illegible] [illegible]దు.

గీ॥ అసల సత్యయు [illegible]
వెలది నీ [illegible]
నన్ను నచ్చినవాడు నాకి[illegible]
నెట్టులే నూరకని [illegible].

చ॥ అనువెడ దుంటవిల్తుడయి [illegible] [illegible]గుచిక్కతే
జని బళి చాంగన [illegible] జే[illegible] [illegible] తెచ్చిరా

గొనయము నెక్కువెట్టి చెలిగుబ్బల రెంటికి సందునన్ బెరి
ల్గున గొరిఁజూచి యేయ గడులోఁబడి సైపఁగనోప కిట్లనున్.

సీ॥ వెడవయారా నెడదను నిడుద్వాకైదోయిఁ గెం
జిగురాకు జేతుల సొగసుఁజూచి
కెంపు మోవియు నిగారింపుఁజెక్కులు జెలు
వంపుకన్నులు గూర్మి నింపఁజూచి
బంగారు మేల్వలిపంబు దాఁచెఁగు
ననటి పెందొడల గన్నారఁజూచి
చిరునవ్వు లొలుకుచందురుని బోలినమోము
సొగసంతయును బిట్టుఁజూచి చూచి

కులుకుచన్నఁ కెమ్మోవి యలరుదొడలు
మించుమోమును నిను దొంపిరించలేదె
యెట్టిగట్టురవే జగజెట్టి నట్టు
లెట్టు విడిపించి వచ్చుతే గట్టువాయి.

క॥ అనిపల్కెడుతరి నాకొ్రి
న్ననబోడింగూడియాడ ననగుత్తులవే
రొనగూర్ప బచ్చుకొ్రిపు
దుసుకలునా వచ్చిరెలమి దొయ్యలిబోటుల్

సీ॥ కమ్మ్ర కొ్రిక్వారు లివిగట్టించుకొని నత్తు
ననివేడి వచ్చితి ననియె లవలి
మీకు బొల్పగు తెల్లనాకులే వెచ్చద
నని మోసగించితి ననియె భ్రమరి

యుబ్బుతో [illegible] నెక్కొంగొడిన [illegible] నుమాని
[illegible]గా [illegible]ప్పటి నని[illegible] మా[illegible]
[illegible] గాదు సెప్పుమీ [illegible] యంచు [illegible] త్రి
[illegible]ప్పటి సిట [illegible]

మగనిపోట్లైన వెక్కిరప[illegible]చ్చు
వత్తి [illegible]బాగ్గిను[illegible]ప్పటి [illegible]
పడుచుంగ [illegible]గా[illegible]
[illegible]

క॥ వచ్చి[illegible]లు [illegible]
మచ్చికమీ[illegible]
చెప్పెదవు[illegible]తో[illegible]
[illegible]

చ॥ అనిపడి[illegible] యు[illegible]
డినకతమేమి [illegible]
[illegible]గించవే [illegible]
యన [illegible]

సీ॥ చిపురుగేలె త్తిసిత్ప్చెసు గున్నపూవి మూ
టికి చేయిసాచె [illegible]
పండ్లుగన్న[illegible] [illegible]
[illegible]

చేబంతమోముజేసెను రెచ్చితమ్ములు
నకమరికాంవిచ్చి మల్లెగెల్ల
బూంగుత్తుల సురపొన్నవన్నవహూర్చి
నాగుడేయుని తీవెలనగిపెనగె

పొంకలుపరిసెజ్జలునిపి నిల్పుకల గప్పె
జంకెనయజూచెనన్మని మాకెనవిరి
సన్నగాలి నిస్తరుగే సన్నజేసె
సన్నితీవలుబోంలు సెట్టపున్నవంను.

సీ॥ ఎలనాగయొకతె యుయ్యెం నూగగాంగొచ్చె
బెల్లుగాబెనుచేప మల్లెతీగ
విరబోణియొక్కతె విరులుగోయుగపాంగ
సంపెంగవిరజాజి సన్నజాజి
చానయొక్కతె పొంపలోన దూరగడంగె
యింపైన ననపరిక్క యొక్కతొరిక్క
మారేడుజవ్వరొక్క మగుడదుర్గింపదొడంగె
గంటేని గెల్వ ముక్కంటిగొల్వ

జెలియయొక్కతె నెపంలీకుంపియును ఎలను
తమ్మిగన్నులబంగారు తగటుసేలు
జిల్లగొరివియునుంబూని వెన్నడనని
సత్యకడవచ్చి తమిగొల్పి చదురుపలికె.

కం॥ పలుకాడనైననోచమె
బలుకొవరమొందిమమ్ము బలికించకహా

కొలగావె మీాక [illegible]
కొ_కొ యనిక [illegible] పిలుచి [illegible].

గీ|| ఎప్పుడు మీాయాడ [illegible] వే [illegible]
కూర్మినాయాట [illegible]
యాకెమొ [illegible] నా [illegible]
కొరలిపులికి [illegible]

ఉ|| కోయని కొ[illegible] [illegible]
లో_యని [illegible] మైత [illegible] వెలుం [illegible] తియొ
కో_యని పాపియు [illegible] చ్చు కంతునం
కోయని సత్యబిల్చుచలు [illegible] గ౯.

ఉ|| జుమ్మనుతుమ్మెదల్లు [illegible] గలేని [illegible]
జుమ్మనసాహస [illegible]
జుమ్మల [illegible]
బమ్మెరవో [illegible] బాచి యాం [illegible] గ౯.

గీ|| ఆర్తియొడ [illegible]
పెట్టునను జల్ల [illegible]
[illegible]
చుం [illegible].

క|| అ_త్తలు [illegible] ౯
నె_త్తి [illegible] దు [illegible] ౯
దొత్తులవ [illegible] గుండు [illegible]
మి_త్తరినందు [illegible] పగిన [illegible] గు౯.

క॥ కొడుకులు [illegible]
బుడిబుడి జ[illegible]
వడి[illegible]చు[illegible]
నుడువులు [illegible]చుం[illegible].

గీ॥ కనుక [illegible]
లున్న [illegible]
నెల[illegible] గా[illegible]చు[illegible]
మగలు [illegible]చు [illegible].

క॥ అనిపలు[illegible]లు
విని [illegible]
గొని[illegible]
గిరిజా[illegible].

చ॥ [illegible]లు [illegible]లు [illegible]గో
ష్ములు [illegible]లుండ్చి [illegible]
ఫలు [illegible]యసుం తప్పపూ
గొలకున[illegible]టులో.

చ॥ కొలకున జా[illegible]లు [illegible]సున్న నా
ని బడి చే[illegible]దుకొని [illegible] సు
[illegible]టుచు [illegible]గా
బోలువు[illegible]

ఉ॥ పుష్ప[illegible]లులు [illegible]చు [illegible]
[illegible]ములు [illegible] వెంగా.

కొలగాచె మీకు నన్నటు
కొఁకొఁయని పల్కెఁ జిలుకగొరువంకలటన్.

గీ॥ ఎపుడు మీయాటలున్న వే యుంచుకంత
కూర్మినాయాటఁగనుడని కుంచెవిప్పి
యాడ మొదలిడి పిల్చె నౌరా యనంగ
కెరలి పురివిప్పి కెవ్వన కేకవేసె.

ఉ॥ కోయని కొల్లగా నెపురు కూర్కొని రొమ్ముకు పెట్టుపైనిడ
లోఁకయని పన్నమైతగు నెలుంగన బాడెడి వేల్పుటింతి యొ
క్కోయని పాసియున్న చెలిగుంపు నేచగ నచ్చు కంతుఁడుం
గోయని సత్యబిల్చఁ బలుకోయన కోయనె కోయిల ల్పగన్.

ఉ॥ జుమ్మనుతుమ్మెదల్పువ్వుల జొప్పియటన్న నతేని యూని ం
జుమ్మనసాహసియ్యదియ జుమ్మనినెన్నైరతోడుపల్కెఁ జే
జుమ్మల బమ్మకొమ్మకిది జమ్మనపాసిబలుక్కగని నెమ్మికల
బమ్మెదవోవబాడె నెకబాసిన యాలుగనంగ నగన్.

గీ॥ అట్టియెడఁగట్టువా రెట్టులింపరొంక
పెట్టువచు జల్వగాదిన్న పట్టుచేరి
పసుపమీరంగ పగుతాప్ర లసి సూప
చుంగ బలుకంగబోడగె నయ్యోలపనున.

క॥ అత్తలు మనకందరికిన్
నెత్తిపయింగూరుచుండి నిల్పుదు రెందున్
దొత్తులవలె గుందుదు మన
మిత్తరినందులకు దగిన యొత్తంచపగున్.

క॥ కొడుకులువచ్చినతోడన
బుడిబుడిజనుదెంచి మంచపుంగోటికడన్
వడిగూరుచుండి చాడీ
నుడువులు జెప్పబోయుచుండ్రి నూటికడంకన్.

గీ॥ కనుక గోడండ్రు వచ్చినవెనుక నత్త
లున్నయెడ వారి నొందూర నుంపనేయు
నట్లు గాకున్న బకుచుల యానమీద
మగలు నత్తలు నడచు దీర్ఘానమొప్పు.

క॥ అనిపల్కు గనులమాటలు
విని యవలి సెబాసనాగ వినయమునొప్పన్
గొనియాడిరి తక్కుంగల
గిన జాణలు వాణి సత్యగెంటిరి దాసిన్.

చ॥ చెలు లటు లాడివేచి పెను చిమ్మనగ్రోవులు పిచ్చికార్లగో
మ్ములు వసు చేతులందుగొని పూనిక మున్న బచేరెలూడ్చి కా
వ్రలు బిగియించి సొమ్ములుడువుంపరి తిన్ని యనుంగు తమ్మిపూ
గొలకునజొచ్చి రాడుకొన గుప్పున నచ్చరలూడిపడ్డటుల్.

చ॥ కొలకున జొచ్చువారు జనుగొండలు దాకెడు నీటనున్ననా
నిలబడి చేతులందుకొని నీటెసగ న్నడుచక్కి సత్య ను
న్నెలమి దలంపనయ్యె సెలకేర్పడజొట్టును వానగూడుగా
బొలుపుగ దెచ్చి తెప్పనిడుపోలికగాములుగూడియున్నటుల్

ఉ॥ పువ్వుగళాకులిం జెలులు ముస్గుచుదేలుచు నీడకాడకున్
దవ్వులబోయినట్టితరి దమ్ముల చెల్వలమోము లెంచగా

బుక్వలుతుంపుతప్పె రెకముద్దు మెఱుఁగెం[illegible]
రుప్పగ సాగినట్ల సొబగుదోఁచె నిరు[illegible]

ఉ॥ చిన్మ్మనగోరి బూని యొకచేతియ యొ[illegible]
తిమ్మన నోఁ యోలయని చేడియ లెల్ల[illegible]
గొమ్ముల నీపజల్ల యెడకు న్వడిలో[illegible]
కొమ్మ హెురంగు పాల్కడలి గుర్తుమ్మ[illegible]

చ॥ చెలువ యొకర్తు నోఁటనిడి చెల్వలు గన్న[illegible]
వలపెముకుల్కగుబ్బల గనన్ సఖుముఖుఁ[illegible]
దలగక నంటుకొన్న నెఱత ల్వెసవిల్తున్[illegible]
వళతళలాడు కత్తులవితంబున బొల్చె[illegible]

ఉ॥ ఒక్కపొలంతి తమ్మిగమి యుక్కరిబిక్క[illegible]
జక్కగజేరి వాటనమువక్కని నిల్చి వె[illegible]
రక్కసిగొంగ దొంగయను రాగతనంబున[illegible]
పక్కునవచ్చెనా యనిన బాగు బళీయన[illegible]

ఉ॥ ఒక్కతె కంతుచేన మనువొందగ బూని [illegible]
జక్కమగంటి మింపగు ససంనగు సొంపమ[illegible]
గ్రక్కునకూర్చి కంతుకనగా నలవాని [illegible]
బొక్కిపడంగ నేసె గురుబూసిక పక్కలు [illegible]

ఉ॥ రంగగు నల్కటంను చెనరంజని [illegible]
ముంగురిరీతిగా దమచను ల్విరుదుల్ [illegible]

జంగున దూకుచుం గలతసృ్వగ నంపల్ మీను లెండ్రిలున్
బంగరువంనలు స్వాలికిబాగె నొడల్కుడ డాపగా నడిన్

ఉ॥ ఆరయ దేటనీటికొలనన్నుచ యచ్చిగురాకుబోండ్లచే
గారియజెంది నల్లనయి కప్పురుబూని పెంరంగుమాని య
వ్వారల యాతమోత్రిల నవారిగ పెరారనిబొబ్బబెట్టి మీ
పోరితమోర్వజాలవని మొర్కిడెకెందుకమోడ్పు చేతులన్

ఉ॥ అంతట నీటిసూట జెలులాపి తటాలున నొడ్డుజేరి మే
నంతయు జిల్గులం దుడిచి యార్పకురుల్ సరిగించు చీరెలన్
వింతపరాని పైకి లెపకించి నగల్ జగిమీరబెట్టి బొ
ట్టెంతయుదిద్ది కాటుకిడ నేర్పడి రమర్మ తూపులోయనన్.

గీ॥ అవల బ్రొద్దారెు నీరవోయుంగవలసు
దీనపెక్కించనలయు బందిరులవిరుల
గుములదుసువంగవలయును కోసి మరల
మరుని గెలుగంగ చలెసని మగువ లెగుస

కం॥ అచ్చుటవెన్నుడు జెల్గను
హెచ్చరికవలిక్ప సొమ్ము లెమ్మెలుని గుసన్
జెచ్చెరముచ్చట లెపలో
నిచ్చెనపై కెక్కి నిక్కనెరి బయనంపై

సీ॥ వనసేతపల్ప పొల్పగుపచ్చనుబ్బమై
నరుదెంచుజంత నింకైనగనక
పునుగుజవ్వాజి కప్పురముగస్తురిబూయ
బూనెడిచాన నింతేనిగనక

బిగికౌగిలింతకై బేఁమమ్మైపయ్యెద
దొలఁగించుకొని వచ్చు వెలదిగనక
గమ్మవాతెర నాదుసొమ్మటంచెగువున
నొరులఁగాంచక మించు నువిదగనక

సురటివిసరెడి విరిబోడిసొంపుగనక
నొల్లెసవరించు గరిత మైయొరపుగనక
యడుగులొత్తెడి రుక్మిణినైన గనక
సత్యగననెంచి తమిమించు చొకళించి

సీ॥ సొంపునింపెడిసంకు సుడివాలు నిరువంక
నొఱపుగా నిడుమాట మఱచిపోయె
బక్కరా రెక్కల బల్లంబుగట్టించి
మురిసియెక్కెడుమాట మఱచిపోయె
మగువలు రాలునీరుగ గోరివిబలికించు
మురువులంతకుమున్న మఱచిపోయె
దొరల తమ్ములను మంతురులను రావించి
మన్నించి పనిగొంట మఱచిపోయె

పొంచి చెలిగాంచి వలపునముంచికౌఁగ
లించి యలికించి పలికించి యింపునించి
పెంచి మరుబారి గడిసి సొక్కించి తమిఁ న
లంచి మొగ్గించి యటదెత్తునంచు మించి.

చ॥ కుగు లసియాడ బొన్న మిలికుం బియసీడ నెలంతలందఱ్
గొరకొరలాడ చుట్టలెటకోయని లోపల నాడనేమి మా

మొకయనిబంట్లు నేఁడ దనమోవిం బలుంగుల రేఁడు జూడ బం
గరుపలెవాటుతోడ తమకంబెనగూడనడన్ వడిన్ జనెన్.

మ॥ చనికాంచెన్ గరివేలు పెట్టయెదుటన్ జాల్వారుపూఁదేనె బెం
చినపెంజక్కెరకేళిపండ్లగెలలన్ జెల్వంపు రాచిల్కగుం
పునసేర్పాటగుకూర్పుటాకుదరులన్ బొల్పారు లేమా విపు
ళ్లనుజొంపంబుల గ్రప్పుంబోడుల నేయంబుల్ మదిన్ నాటగన్.

సీ॥ పెరిగిచుట్టెడితీవ యొరపిళ్లనలగి జొ
త్తిల్లుచుండెడి పుష్పదేశకావ
పండి తమంత దా బగిలిన పనసపం
డ్లనుగారు సూటబెంపనయుచింక
నిగనిగమను నల్లనేరేటిపండ్ల ది
ప్పలనుండి పుట్టినపాలపువాగు
తిరిగిచిల్కలువ్రాలి దొరగుమెత్తనిమావి
పండ్లగుజ్జున పారు నిండుజాలు

గలసి పరచెడి యేటిచెమ్మల దొడంగి
పెగుగులేదీయమావి గప్పురపుటనటి
మేలిపండుల నత్తోటమాలి యొకడు
దెచ్చి పసుదేవకొడుకున కిచ్చెమ్రొక్కి.

క॥ ఆపండ్లన్ గొని వెన్నుం
డాపేసను గనికరంబు నంటంగని హెం
జాపులొపంగెన నింటికి
రా పొమ్మని తోటకిచ్చురం జొచ్చితవిన్.

సీ॥ పానిమ్మపండ్లను దబ్బకాయలుగాంచు
గరితచన్నులటంచు [illegible]
కవకవలాడు చక్కనియాకులను గాంచు
ముగుద చెక్కిళ్ళంచు ముద్దులుంచు
దొండపండుల కూర్మి నిండారగా గాంచు
జెలియ వాతెరయంచు [illegible]
చెలువమ్ము వెలిజమ్ము శైలి [illegible] విరిగాంచు
నువిద మోవయంచు నిట్టూర్పునించు

తేటిబారులగాంచు నాబోటి [illegible]
టంచు వడిమించి [illegible]
[illegible]నుగాంచు [illegible]ంచు [illegible]
రించు తమిగాంచు కోర్కెలూరించు [illegible]ంచు.

చ॥ కువకువలాడు కోయిలల [illegible]
రువముల మ్రోత [illegible]
[illegible] వలి రవాలుగాలికలయున్ [illegible]
యనుచు [illegible]

ఉ॥ పూ-జివుళ్ల బొట్టెలను [illegible]
జాలి యొనర్చుచోళ్లను [illegible]
మేలిమితమ్మి మొగ్గలను [illegible]
ద్దాలగు లేతయాకులను [illegible]
హాళినిగాంచి [illegible].

సీ॥ చిలుకపల్కులువిని కలికిపల్కులటంచు
[illegible]ంచు గాంచని [illegible]ంచు

గండుగోయిల కూతగని బోటి పాటించు
నెపనెంచు గాపని యేవగించు
రాయంచ నడక లాకసి చెలివలంచు
నెపనెంచు గానసి యేవగించు
పూతమల్లియగాంచు నాతి లేనవ్వించు
నెపనెంచు గాపని యేవగించు

చవులు తవులును నందముల్ చందములును
కొరతకీనికటంచు జీకొట్టు తిట్టు
నెపుడుబెలిగందు బలికి బల్కించికొందు
నవుచు తమిబొందు వగగుందు నలుజెందు.

క॥ ఈవిత్తమై వెతగుందుచుచు
నావెన్నుం డటమటమున నట దిరుగుచు దా
పూవుంబువెరి గరవిరి
పోవుంసెజ్జపుడుం బండి పొరలిన తరిలోన్.

ఉ॥ తమ్ములయిమ్ములన్ గలువలాపులతావలమైన తావులన్
గొమ్మలు తమ్మలమ్మునను గూర్చినకప్పురపుంబొడిం బసల్
తెమ్మెరయెమ్మె కాడు కడుతేకువదెచ్చ కడంగికల్పి య
బ్రమ్ముగ బొమ్మతండ్రికి గరమ్మునయమ్ముగ జల్లె బైపయిన్.

క॥ కమ్మని యాతెమ్మెరచవి
గమ్మని దనకెట్టి చాయగా గలిగెనటన్
గొమ్మలు గొలనుంటను దెలి
సెమ్మరునబ్బ యిట గట్టిచేయియ కాదే.

క॥ తెలిసినవెంటనె సదయుఁడు
గుఁటవెక్కననిచెదు సింపుగ మెచుచు మునుముం
వఁచిక్కనిక్క చూచుచు
నఁకోఁడెన్ జేరి [illegible] యొంటన్.

మ॥ చిరికాఁచెన్నసలఁ గుంభులు [illegible] మేనుంచి కొ్ర
న్నవబోణిఁ సాఁగుచు మే [illegible] మున్ [illegible] డందోర్యుచ
క్రనిమోము [illegible] లుగ చ [illegible] ల్గన్నులు
ద్గా [illegible] వాత్రెకగన్ [illegible] గొలన్ [illegible] యన్.

చ॥ వినుచెయిచట్టు [illegible] ము లోన గూల్చె
ర్పునటవెట్టు [illegible] మూ [illegible] గట్టు కెక్కఁ చం
దుసిక [illegible] గి పాగి [illegible] వాని చూ
పనుప్రడివోయి [illegible] మేటరుల్.

క॥ ఆ వెలతల సత్యాంగన
నేవఁ తుఁ పో [illegible]
ల్గొ పర [illegible] హిం [illegible] యోయన
గా [illegible].

ఉ॥ వారి నిశన్నలున్ [illegible] దుపంచకే
గారిలెడు [illegible] మున్ [illegible] పొ్రి
వేలుపుగొంగ [illegible] పుసు [illegible] బలెన్
పోలుపడిలులేక నఁ పో్రి [illegible] గ [illegible].

ఉ॥ అ [illegible] నొ [illegible] లు వా [illegible] చ్చని
కుత్తుకచిసిలో [illegible] యసికొ్ర [illegible] టన్

మత్తిలికాయకోయిలలు ప్రావృడిప్రావృడిప్రావికొక్కలై
పొత్తులవీడి యుల్విడిచిపోవగ జేయవె కందుమేనుర౯

మ॥ పురిపిట్ట ల్ప్రకముట్టలెత్తి కన నాత్రల్ కేకినలంజూపగా
సరవి న్మేకలపిల్ల లుల్లసిల గొంచప్లాంచకే వించన
బ్బురమైనాయనికోయిలాక్వ మహాప్రల్మాగుబల్కంగగ్రిచ్చ
రయేనుంగులుగొల్పులూడ్పుకొను చాయన్నత్యప్రాంగణలైరగ౯.

ఉ॥ ఎండినమ్రాకులెల్ల జిగిరించెను నాజ్ఞాపరించె ముల్లెం
దుండినపాక త్రెంక్షు తలలూని వివాలున లేచె నన్ను నల్
కొంపొక జిచ్చపాటునుది కాలినబొమ్మని యమ్మ జెంది రా
గంపనగంత దేనగునొ కిన్క మెలకంగ గుపాల కత్తెరి౯

క॥ అప్పుడుకృష్ణుడు మైకొ
పొప్పగ నొక్కింతనటిక నొగిపలిగాలి౯
చెప్పిరట మునుపొకన్ను
యప్పటిచందమునుపొంది యహాలయనుచు౯.

చ॥ వినమొకొ యచ్చకల్మనుపు వేఁటువు గాయని యోరగంబున౯
గొనబునలిర్వ జంగ్రిమ్మను గుత్తులు నొక్క జిగాగహాత్తి హా
యని వగబాడుచుండ [illegible] నెనే
యెన యెవ్వది నికంచు బలికేయని యబ్బురహాయిలం గన్న్యమన౯.

ఉ॥ ఈనగు మోము గోపము [illegible] చాలెర [illegible] పెంపహా
యీాస్రబారుసోను [illegible] నీసు [illegible] ఖూ
చానకడానిడా ల్చనులు [illegible] గన్న [illegible]
నూనినపుష్పాల న్విడువ [illegible]౯

సీ॥ పరుషంబులను పస్తుబడియుండ కముసునే
మురువాడు చెలిమోము చ
బంధ్ముజిక్కని తేనె బొంతెంపిసకిబ్బ
దొడ్డిక సకిమోవినూసియ
హొలంగిండ్లు బుఖ్వచెం ఘ్రిసగక కల్లునే
గరితచన్నసదిగ్గగౌగలించి
వేల్పురాకతనాల చాల్పులీడుదునే
వెలి పేరిముడివేసి చూ
నిద్దమగునద్దముల యీ పనిపుపు
ఒంచుజెక్కుల పై ముద్దులుంచ
రెస్సి యోపుస్నేములను గాసి
నన్నుతలమిన్న సంగాత వాలవ.

గీ॥ మేలినగలు లేల మేలిమినగలేల
పడకలేల బుడుకుదోడుసు లేల
బుషమి బడయునేల నోడలేల నీదు
బోషితోడ జోడుగూడకున్న.

ఉ॥ నిండగు జవ్వనంపు కనీ నుగోసను
గొంచపట్టున న్నిలిచి కూటికి వాకొర
యొంచకు బుఘ్వపోనలకు నీవరగాలికి నో,
బండెడుదాక వీకనెపట్టి పెనంగుదు ని.

క॥ గుబ్బలు ఉదరిన బుషమియు
వబ్బును వలకిందుగాగ మార్చవి:

బ్బిబ్బె పంక్తిము బొక్కిన
నబ్బా యిక సైఁపజాలనని కొల్లుమనన్.

గీ॥ అనుచు గన్నడనుంకించు ననుసందు
చెరవలంపరు లేచి కొంకిన్వలుగోయ
జెపకునొక్కత్రెగా జని వసముమీర
జేరెనిటు సత్య యిది ఒక్క చెద్దమనయ

చక్కనసంపు బోరిన యిరి సత్యకునొప్పుఁ కుప్పయై న యా
రక్కసిగొంగ దానెదుపరాగ వటాలున గన్ను లెత్తి యా
చక్కెరబొమ్మ జూడ విరిచాలుపుసోలుపుగట్ట సిగ్గుపై
కెక్కినచూపుపొంకమరుదేసెడి తూపులయేపుజూపెడిన్.

ఇపుడిటు రాడు వెన్నుడిదియెన్నను కల్లయె కన్ను లెత్తి ని
క్కపుటెవజూతుగాకయని కన్గొనుచూపుల బెళ్కుతళ్కుతో
రపుగవి వేల్పువాకకెదురన్ వెస నీదుచుబోవుమీనుచా
యపు కెనయైయెయాకములలో బడియాడెనొకింతదవ్వటన్

ఎక్కడనుండియో కనిసి సేద్దెర జట్టిన సిగ్గుటగ్గమై
నిక్కరుణంరుణం ఘణిఘణిల్లనునాకడియంబు లంచెలున్
చెక్కువిలోల నంచలను బిల్చినపన్ ఎడినేవ్వ లేతమూరిన్
బకిక్కను జేరి నిల్చుబెలుకన్ జెలువంబుగ జూచినేర్పునన్.

తుమ్మెదనీకడంబెరిమతో జవులం దనియంగవచ్చెలే
గొమ్మరొయింపునింపగను కొన్నినలన్ విరియించితేనియల్
ముమ్మరమొప్పగాసిడక మోమును దాచెదవేల యింకలే
లెమ్మదనుంచి కోర్కెలు బలీయనగా నొనగూర్పగానలెన్.

క॥ తేటయగు నీ ముఖంబును
తేటికనుంగొని యనొండు వెసకుంజన వె
ప్పాటున నీతోడిన జగ
మేటికి వంచెదవు మోము నెత్తుము కొమ్మా.

గీ॥ అనుడు నీవెద్దికోరెద నదియనిన్న
గోరుచున్నది తలగని కూర్మి గల్గి
తుమ్మెదా నీవు వాలిలని కొమ్మ విరుల
యెమ్మెవితగాదె బలువుగానే వుడమికి.

క॥ వినను బలువనలంగల
పావకముంగ్రోలి తెప్పబడలితివీ వి
ద్యానంగల తేనియగొన
బూనెవనో లేకమరలి పోయెదవా తేటీ.

సీ॥ నేరేడు పండుకంటె మెరుంగుగల్గునీ
యొడలిందుచ్చుట బరంగుచున్న
నీముట్టెకట్టె పూనికనూదిలాగిన
చ్చుటచేత నెంతయు సొలయుచున్న
పొగరెక్క దుండగింకరిగు దిట్టలుగుచుంగ
బాడిసొంపగు నోరువాకచ్చు
బురుగులదెచ్చి మాప్పుంగోనగ్పి నిముగల్వ
కోలుచే నెడజిక్కు చౌలచ్చు

గావునను సోలపంతయు బోవునట్లు
కుండలో దీవ్వొయటు మరె గుమసుపరవి

పూని యీ కొమ్మ క్రొవ్విరి తేనె నెల్ల
నాని నిదుకింపు సందియం బూనవలదు.

క॥ అనిపల్కిన మాటలలో
దనుగోరు టెరింగి యింపుదార్కొన జుంజు
ష్మని చెలిచెవి మ్రోసెడి తే
టిని గన్గొని తేటిచెన్నటీ! యిదితగునే.

క॥ నినుగోరి యున్న యీ క్రొ
న్ననల న్వాడి సిగ్గుపడెడి ననబోడి మొగం
బును నట్టిటుజూపి చెర
ల్చిన సాములమోర్తుమే యిఁసీయని కడకన్.

చ॥ దరియగబోయి తుమ్మెద నతండదలించెడి రీతితోపగా
మురువెసలారు చెక్కిటను మోవిగదించిన కైదెమల్చ న
త్తరి నునుతామరాకున నతండల తేటిని దోలునట్లు రా
గరితకు పీచివీచి బిగికౌగిట జేర్చి సహా యటంచనన్.

క॥ అత్తరి నోసత్యాయని
క్రొత్తజివురుమేసి కూయుకోయిలరీతిన్
బిత్తరియొక్కతె పిలిచిన
దత్తరపడి చెలువముద్దు దనయంత నిడెన్.

క॥ కనికరముంచుము చెలి నా
కని కరమాస నిటువచ్చు నలయింపకు చి
క్కనిపాలుగారు నీ ను
న్ననిచెక్కిటముద్దు లిడుట నాకెన్నటికో.

గీ॥ అన బిసాసుఁరీతి నీయన్ను లేల
వచ్చి రరనిముసంబైన వాలుగంటి
ముద్దుసుద్దులుజెయ్యేలు మురిపెములును
గాంచనీకుండి రంచు దిగాలుపడియె.

గీ॥ కోరినటువంటి చెలి యొనగూడెనేని
కన్ను రెప్పిడునంతలో గడచునేడు
అల్లవాల్గంటి యెడబాయ నయ్యెనేని
నిముసమొకయేఁటితో సరినెగడుజూవె.

గీ॥ అట్టియెడ సత్యకూర్మి నాడెట్టనెంతొ
వేడుకొని యెట్టకేలకు వీడుకొసిరొ
తమి జగంబున నన్నింటి దరలఁగొట్టు
నట్టితమిగెల్చు సిగ్గు లేఅన్నుఁ డందు

గీ॥ మబ్బులను మించుజొచ్చినపూడిక్కుదోప
పొదలుదూరిచనెడు తెలిబుప్వబోడి
యెదనువెన్నుని పరిబెట్టి నెటకొ చనుచు
మానికము దొంగకడనుంచు మానిసివలె.

గీ॥ అపుడు చామనచాయ మే నవ.టుపేల్పు
గరితయెడబాపునంది తత్తరము జెంది
యెంతయునుగుంది యెనలేనిచింతబొంది
తిక్కతనమొంది మునుపున్న తెలివిడింది.

ఉ॥ మాయను దప్పనాడితిసుమా యను పాయనుగోరెనే
మాయను నింతపెద్దచలమా యను మేలిపసంపుగేల

మ్మాయను నిద్దిమంచిగొనమా యను నవ్వులపించుముద్దుగు
మ్మాయనునన్ను గూర్మిగనుమాయనునీకిదినాయమాయనుఁ

ఉ॥ చాయనుజూడవేమి ములుచాయను నన్విడనాడిపోవుటె
చ్చాయను వేడ్కలింత కురుచాయను నీవదియంతదేలె న
చ్చాయను నక్కలింత తరుచాయను గోరికదెఱించ గడ్డిపో
చాయనునమ్మియుంటిబడుచాయనుచీయనుచాయనుందనుఁ.

క॥ ఎడబాపు సైపజాలక
తడబాటున నతడు తన యెపంగోల్పడి య
య్యడవింబడి యొడలెరుగక
వెడవిల్తుని యిడుమ నిట్లు వెపకెఁ బడతిఁ.

సీ॥ సోయగంబుల మోక జూచితిరా మావి
మొలకలార పెుకంగు-చిలుకలార
కులుకుచన్దోయిరాచెలి యేది జక్కవ
పిట్టలార బెడంగు తిట్టలార
కడుముద్దుమోము వాల్గంటిగాంచరె వెలి
దమ్ములారా మరునమ్ములార
-చిరునవ్వు గురిసెడి గరితగానరె బొండు
మల్లెలారా విరి మొల్లలార

వంకలార నునుందీర డొంకలార
కంకులార సలీసురా డొంకలార
జింకలార పుప్పుం దేనెచింకలార
యింతిచేమంతిబంతి మీపొంతరాదె.

గీ॥ పాము [illegible] యొక్క [illegible]
కొంచెల [illegible] దాని [illegible]
నిమ్మల [illegible]
చాన [illegible] మిా [illegible]ందు గా[illegible]

క॥ అని పలుబా[illegible] ల [illegible]ంట
వనబంబడి [illegible]
తనుక [illegible]
నవబా[illegible] న్వి[illegible] [illegible]వు [illegible]

క॥ అట [illegible]
చ్చుట[illegible] [illegible]లుగొని [illegible]
చొ[illegible] [illegible]పుబలుక[illegible]
నటనట [illegible]

క॥ సొమ్మొ[illegible] పా[illegible]
యమ్మొక్కె [illegible]
రమ్మన [illegible]
టిమ్మ[illegible]

మ॥ అన్న[illegible] సీపు[illegible]
ట్లవిగో [illegible]
ట్టవె సీ[illegible]
కెవలిచ్చు[illegible]

ఉ॥ కందు[illegible]
జ్జంద[illegible] పూదుమా[illegible]ముల [illegible]

పొందఁగ మోపిన౯ బషలునో యెలనాఁగలకింత వింతసో
రెందునుజూడమంచు జెలులెల్ల రఁలంచు టెఱుంగ దింతయు౯.

ఉ॥ ఏమె యిటుంటివేమె చెలువేఁతితివే ననచెండ్లు గట్టరా
వేమె నిను౯ ఒడంతులెఁ రేనిఁయు నిట్టెరె బూచిపట్టనే
రా మెలతల్ విరుల్ జదుము గాదొకో దంషలగూర్చ రాదొకో
పోమఁరవైతివో మరుడు సోఁకుడురీతిగ సోకెనోకదా.

చ॥ అని మడతుల్చెలిం గదిసి యన్నువచిన్నెలు కన్నులారగా
గని యొడలంటి యంటిపెనుకాకలకాకయి యున్నదిస్సిరో
యని యెదియేసిమందులిడకిమ్మరో యెమ్మెయికొమ్మదక్కనం
చనువుగజల్లనౌసరుకు లన్నులు కొన్నితమారొనర్చియు౯.

సీ॥ చెలికెంపు టడుగుల జివురాకులఁతికించి
యరటితాటలు తొడలం దమర్చి
మడతిప్రక్కలకు తామరపాకులనుగూర్చి
విరిచెండ్లు ఱొమ్మున బిగియగట్టి
కైదోయి కెలదమ్మి కాడలెంతయుజుట్టి
విడెపాకు లింతి చెక్కిళులఁకద్ది
కలువపూరేకుల గన్నులఁపైగప్పి
కొలనిపుట్టువు మోము కలవరించి

పొలతి తక్కినమేనెల్ల బుప్పొడులను
గప్పురము గందమును మంచుగలియనూరి
విరివిగాబూసి పెనువట్టివేళ్ళసుకటి
బుచ్చుకొని వీచి రప్పు డప్పువ్వుబోండ్లు.

క॥ మనుకాం [illegible]
ప్రకసంగా [illegible]చు [illegible] [illegible]క్ [illegible]నై
గరిశ యో[illegible]ల్ప్రగల [illegible]
బరిగ [illegible] [illegible]చుక్.

ఉ॥ కలు[illegible]కొం[illegible] [illegible]స్ట[illegible]గ[illegible] [illegible]సి [illegible] [illegible] [illegible]హొ్చ్చ హొక్
వలివెపుబిట్పై [illegible]ను [illegible]మ [illegible] [illegible]పని[illegible] త్రి మై
దల[illegible]ను నేలవా[illegible]చ్చి [illegible] [illegible] [illegible] [illegible]నుమా
కొ[illegible]లు కనుం[illegible] [illegible] [illegible] [illegible]మ్ముక్.

ఉ॥ నిల్లా[illegible]పెగ్గనుబ్బ[illegible]గను [illegible] [illegible] [illegible] యదే
యత్తైయుపెప్పు [illegible] [illegible] [illegible] [illegible]మనై
పత్తైలని త్తి[illegible] [illegible] [illegible] [illegible] [illegible]తేవిచా
ల్పత్తైనమర్చి పూ[illegible] నా[illegible]ని [illegible] [illegible]తిమిక్.

క॥ వెప్పునను [illegible]
య[illegible] [illegible] [illegible] [illegible] [illegible] జల్
మ[illegible] [illegible]
మన్నా నిపుగొబ్బ[illegible] [illegible]నే.

చ॥ చిలుకహ[illegible] [illegible] [illegible] [illegible] [illegible]గార్చితే
టులగొ[illegible]యస్త్ర[illegible] [illegible] [illegible] [illegible]దుగో
యిలవలినాటిగాలి [illegible] [illegible]లుక్ [illegible] [illegible]లుక్
బలసి [illegible] [illegible] [illegible] [illegible]గక్.

ఉ॥ పట్టినగందు తూపు[illegible] [illegible] [illegible] [illegible] విప్పయా
రట్టడివిల్లుబా[illegible] [illegible] [illegible] [illegible]యనిమో[illegible]గూ[illegible]తో

నెట్టననిల్చి జెట్లపైని నీర్గడిదిట్టఁ నీళ్ళఁదాఁపి తీ
పట్టైనిను న్నెలంతఁ కటా బ్రతిమాలిన గాచుటొప్పదే.

క॥ అనివేడినకోలది సెలం
తను కంతుఁడలంచపాగినన్ గైదోయిన్
మినువంక నిలిపి బలువెర
పున వమవఁది గుదురుపరచి మోడ్పుంగనులన్.

సీ॥ పదియారువన్నె హెలుంబచ్చడంబుగలాడ
మెరగుచాయనచాయ మేనివాడ
వెలిదామరలఁబోలి చెఁగుకన్నులవాడ
మొలకనవ్వులసొంపు లొలుకువాడ
మురువారు నిండు చందురుమోము సిరివాడ
నిసిమిచెక్కుళ్ళ పెంపెసగువాడ
మోకాళ్ళవరకు జంపుఁగుచేతులవాడ
ఁచివురాకుకైసమ్మి యెమ్మెవాడ

అన్నిటనుగూడ వెన్నునిపిన్నవాడ
మిన్నవాడ బెడంగు రాకన్నెరేడ
నిన్నుగొనియాడ తక్కుఁగలున్నె చూడ
నన్నులకు నీడ గనిపింపు మంచకాడ.

క॥ అనియిట్లు వేఁడుమాటలు
వినవచ్చిన వెన్నదొంగ వీలమరె నటం
చని సోగమోడ్పుగన్నుల
ననబోడుల యెదుటనిల్చినన్ గనిబత్తిన్.

క॥ మనచెలికెలంపు లో[illegible]
గను మనసిచ్చె నచ్చెరువుచు [illegible] యున మొ
క్కినకోరికె లొ[illegible]సుగా
కని దీవెనిచ్చె [illegible]చెన్.

క॥ తనయలపుకానిచే పొ
కిన తెలివింబొందిన సి[illegible]సుం
గొని తమ యబ్రిమగ [illegible]
మనమున జెనగొనగ [illegible] సూటుని కేగెన్.

సీ॥ పసిడిచెంబులనించి [illegible]
వడిపెచ్చయు[illegible] [illegible]నొకతె
యూడినగన్వడకుండ [illegible]
యొల్లె [illegible] యొకతె
లేచమ్ము పుటూగులే [illegible]
హెలుంబా[illegible] [illegible]నొకతె
నెలరాతి తిన్నె [illegible]
[illegible]

కప్పొప్పు [illegible]
[illegible]
[illegible]
[illegible]పుడు.

క॥ ఎరిగి [illegible]ని
మఱియా[illegible]

మఱునబ్బయం చెరింగిన
గరితల కింకెంత బత్తి గల్గెడినో కదా.

కం॥ మరియాద సలుపు సరుకులు
దొరికెన్ గరితలకు బూలతోటన్ బళిరే
సిరి కనికరమున్ గల్గిన
దొరలకు దెరవలకు నెందు దోచుం గలుముల్.

కం॥ ఆపడతు లిట్లొనర్పగ
రాపై నలిసొంపుమీరి క్రొల్లన్నుల వా
ల్చూపున్ నివాళిమన్నన
జూపె నతనికదియె జగముచూఁడు టాయెన్.

గీ॥ అతనిచూపుజాలు నన్నుల చనుగట్ల
దూరి సత్యవంకబారె నల్ల
నల్లనయ్యచాయ నల్లన చెలిపొంచు
వాలుచూపులెదిరె మీలవోలి.

వ॥ అడకువలగ్గలింప నొకయన్నువవెన్నునిమోముగాంచుచున్
నుడివెనిటుల్ బళామిముగనుంగొనుటన్ మదిగల్గుకోరికల్
బడసితి మూడ్చునారముకోల్ కొలమంతయుగట్టుకెక్కెనీ
యడవియువేల్పుదోట కెనయయ్యెసుమీ తమరిందువచ్చుటన్

కం॥ మీమొగమున్ రేరాయని
చే మూచెలిమోముగలువ చెన్నలరారం
గా మదియను నెలరా నీ
రై మీపసపేరి కడలి కబ్రిమెపారన్.

ఉ॥ మానసకి నేర్చకయ్య కొరనూలిన కేంక్షరుగూర్చకయ్య!
తోపరివాని నన్నిటసు దూచి నెంతుకి నేర్చనయ్య మీ
వేసము చుట్టునుం బొలిపి వేయగ నెవ్వరుజాలరయ్య నీ
వేసరినీకు నిందులకు వీలుపడంపగవయ్య యిచ్చెన౯.

క॥ అనిపల్కు పోలతిమాటలు
విను రాచూలొమ్రము సొబగు వింత్తై యొప్ప౯
గనిన మడంతుక లా జ
వ్వనిమది గుర్తెరిగి రతనిపైబడె ననుచు౯.

గీ॥ ఇట్లు వారిచూపు లితవు లెరింగిన
యింతులందు మిగుల జంతయైన
గమలవచ్చి యోరగా నిల్చి యొయ్యార
మొలుక నిట్టులనియె గులుకుకొనుచు.

సీ॥ అనదల గనికరం బమర జేపట్టుట
మీబోటి దొరలకు మెప్పుదెచ్చు
నవబోడి కంతుగొర్సిన్నన చిల్కుగమివాడి
వాడియున్నది బలువేడి వేడి
కొనియెవమిందు సాకులు జెప్పరాకు మా
కును నీకు దవ్వులు చిక్కులికి జెక్కు
పదిమంది సవతుల పాటిదిగాదు పు
ట్టిన మొదల్ సిరిమూలలొంగినున్ను

నీపలుకు తేనె సోనకై రాపడంతి
వానకోయిలరీతి నెంతేని యొదురు

జూచుచున్నది పెనుదప్పి సోఁకఁదప్పి
కాంచి గురుతించు మసి మంప లించుటయును.

కం|| ఇరుచెక్కుటద్దములలో
బెకిమ మొసక మెసగుచుండ వెలదింగని యో
విరిబోణి మీచెలిం గన
మను దరవిరిచిల్కు లేఁజి వఁడి జెరిపె వనుజా

ఉ|| అచ్చరలందు పాపగమియున్న వలందుచు వేల్పు టింతులం
దెచ్చటజూడ మీసొబగు నీజిగి యీతెర గీపెహారంగు నీ
ముచ్చటగొల్పుపాట కరముం బెరిమారగ నన్ను గోరి తా
వచ్చుట కెన్నో పున్నెము లవారిగ జేసితి నంచు నెంచెదన్.

సీ|| పలికెనా పెక్కుపండుల మెక్కిపలుకు రా
చిలుక పల్కుల కలవల మొనర్చు
చదివెనా చిగురు లిచ్చను మేసి కూయుకో
యిలకూతలకు హాళాహాళులు నేర్చు
వెలుడెనా తమ్మికాడలు గుక్కికదలు రా
యంచ సంచుల నటలించజాలు
కాంచెనా పాగ రెక్కు గండుతుమ్మెదబారు
లిరువైపులను బనాయించి తీరు

నవ్వెనా నిండు పున్నమనాటిరేయి
పండువెన్నెల లెల్లెడ బర్వజేయు
నిట్టి పెనుదిట్ట సొగసులపుట్ట నెట్టు
మాచుకొని పోదు ననుకొంటి మచ్చకంటి.

ఉ॥ జవ్వనమందు జెవ్వమును జాణతనంబున నెల్ల నిన్నెఁగన్
బువ్విలుకానియాలి నెనవోలి ననుం మదిఁగోరు వీనితో
నవ్వినజాలదే మరుడు నొక్కడుగా నను గొవ్వదే ఒళీ
దవ్వులనుండు టెట్లు జడదారులనుం జడవేసితులొంనకే.

ఉ॥ సన్నల జాయలన్ బనులు సల్పెనబున్నఁ బాన్పునుండి యీ
కొన్నినబోడి కింపుగఁ గూర్మి వదుంగుల నొగ్గజేసెదన్
జెన్నలరారు నీసెంత చెంగట నాచెలులుంపిరున్ వలెల్
బన్నుగ నంపజేతు జెలువా చెలువన్ జెలువార నియ్యవే.

గీ॥ అనిన యొంనాగకెన్ను లో నలరి యలను
దండచేనిడి కోర్కులు బండె నిండె
గొమ్మ మాకందరికి సంతసమ్ము వీని
వేయుమిక నేల తడవని వేగిరించి.

చ॥ మురిపెములూరగా గడియముల్ సవరించి గడాసిపట్టియల్
బరపరి గిల్కుగిల్కుమన బల్చనమోహిని లేతనవ్వుల
బ్బురముగ దోప జన్నుగవ మోహపుసన్నని నడుమ వల్లినాడని
య్యరవిరిసోగుబూని మరుడాన్వగ గృష్ణునిపజ్జకేగి తాన్.

వ॥ చను లరనిక్క గోర్కులెపనందదడిజొదులువొరిక్క జేతులిం
పొనరగ గంతుడీజగము లోనపలంపు త్రినట్టి
టినిబలెనె త్రికృష్ణుమెడ రెపివల్పగనుం
క్లైనసిన వేడ్క గన్గొనగ నింతికి నెయ్యము తియ్య మెట్టిదో.

గీ॥ వేల్పుగమి యీగిజెట్టు కొసి వ్వకులవాన
గురిసె నచ్చరలాడి పాడిరి జగంబు

పొల్పుజెందెను సంద్రిముల్ పొంగిపొరలె
జిన్నయుదముల నపుడింపు జేసె మొయిలు.

క॥ బంగారు పళ్ళెరంబున
సింగారపు రవలుగూర్చి జే సోబనమం
చుం గరితలు బాడిరి పలు
గుం గోయిల లివురు మెక్కి కూసినరీతిన్.

చ॥ పరువములైన యాకులొక పట్టెపు దవ్వనగోసి పచ్చక
ప్పురమును గాచు నేలకులు పోకలు కస్తురిగూర్చిచుట్టియా
వెరవరికిన్ వెలందుకకు వేరుగనీయ నొకళ్లొకళ్ళచె
బిరెమునసుంపగైకొని రివేకద కూర్మలకుండు వైదముల్.

ఉ॥ ఇయ్యెడనీకు నిట్టులొనరించుట జెల్లునె యంచు బల్కు వా
రయ్యయొయమ్మ యుంగనిన సొగద నీ పనియంచు నాథు వా
రొయ్యనదాపు జూచుకొను ముగ్ధలిపిడ్డొనియంచు బ్రేలు వా
రయ్యయొ వొంగ పెండ్లితగవాతగువారికటంచు నవ్వుచున్

సీ॥ రక్కసులగొంగ మదినంత బక్కరేని
దలచినంతన రెండు రెక్కలను బుట్టు
గాలిమ్రాకులు దనవెంట గదలిరాగ
జెంతకరుదెంచి నిలిచె నచ్చెలులు చూడ.

చ॥ చెలియను గృష్ణుడప్పుగని చేడియ! అయ్యయు నమ్మ గన్ననిన్
గలచి యలంతబెట్టెదరొ కానిపనుల్ బొనరించితందురో
చెలియ! పులుంగురేనిపయి సెజ్జకు రమ్మని కేలువట్టి ము
ద్దులుమురిపెమ్ము లూర వడితో పెడతోవనుబట్టిపిల్వగాన్.

క॥ వెనుకాడిన సత్యంగని
ననబోడులు గుంపుగూడి నగుబాట్లగు నీ
పనిగూడదు వినగూడదు
తనయయ్య యొసంగువరకు దాళగవలయున్.

గీ॥ ఏము తలిదండ్రులకు జెప్పి యేర్పరించి
పెండ్లిగావించి వేడ్కనొప్పింప జేతు
మయ్య మామాటవిని చెలిచెయ్యివిడువు
విడువుమని వేయురీతుల వేడుకొనిన.

గీ॥ వెనుక ముందు లరసి ననబోడి వదిలించి
చెల్మిబోంట్ల మంచిచెడ్డ లెరిగి
అత్త వారిపనుపు లాలించి చెలిమిన్న
గౌగిలించి వెసలె గరుడునెక్కె.

క॥ వెలదుక లంపరు సంతస
మలవడ నట గనలియిండ్ల కరిగిరి తమకం
బులు సిగ్గులు సంతోసము
లలలంబలె బొంగి పరుస నుపేరంగన్.

క॥ అనిచెప్పిన సూతుని మో
ముకు గని జడదారులొక్కముగ సన్నుంచే
మొనరిచె నవడం జరిగిన
దనువుగ మాకెరుగజెప్పు డని యడుగుటయున్.

ఆశ్వాసాంతము

వ॥ పలుకులుదెచ్చి నల్వకిడి పాల్కడలింపరియించు పంతితో
నిల బయికెత్తియన్నిసుపు సేలి బలింబడ ద్రొక్కెయుల్లరే

డులమడియించి సంద్రమున డొంకనమర్చి ప్రలంబుదున్మి సా
కులకెదమార్చి కూళలనుగూల్చి జగంబులనేలునేర్పరీ.

క॥ మ్రొక్కుల యిక్కల రవలం
జెక్కిన బొమిడికల తేజుచే నెంతయు బొ
ల్పెక్కిన యడుగుందమ్ముల
చక్కదనము గల్గువాడ జగములరేడా.

క॥ గొనముల కిమ్మగు జంగా
హనుమయ గాపించినట్టి యచ్చతెలుగునక్
గొనబారుపత్యపెండ్లిన్
దనరెడి దుగగ్రిక్క యిది యనంజెలువందున్.

తృతీయాశ్వాసము

క॥ సిరియనవగు రుక్మిణితో
సరియనవా సత్యగూడి జతయై కెందా
మరహాజ్జదోయి నొత్తగ
సెరప్రోడతనంబుతోడ నెసగెడివాడా.

గీ॥ విను తబిసిరేండ్లగని సూతు డనియె నిట్టు
లవ్వెఁడితండ్రి మానికం బంది వేడ్క-
దలను దాలిచి క్రొత్తవేవెలు గనంగ
ద్వారకావతికడ కరుదేగునంత.

ఉ॥ అచ్చుటికాపులెల్ల రహాహా యిదియేమని వింతబొంది ము
చ్చిచ్చుల వెల్లువాల్చుకొని చేరెడునగ్గియొయెల్ల తేజులన్
మెచ్చుల కోపమూని పుడమిం దిగివచ్చెడి ప్రొద్దో లేక నా
చిచ్చరకంటియో యనుచు జేడ్పడితాల్మి నిడించిపారుచోన్.

చ. బళి యిదియేమిమించు పొగవారినమాత్రము మబ్బులేదహా
తొలగక కానవచ్చెడిని త్రోవనువప్పుడు వానబట్ట దే
కలయునుగాదు నిక్కపముగా నిలమున్నగ నోపునంచు లో
పలజని యాపురంచుమగవారలగౌగిటగ్రుచ్చిరుగ్మలుల్.

సీ॥ చల్లకుండలను బాజారులో బడవైచి
పరుగెత్తి యిలు జేర నరుగువారు

నేవంక దొలగిన నావంక దొలఁగి యొం
డొరుల మోము బగుల్చుచుండువారు
నెటుబోవ గాళ్లాడ కిట్టిట్టుదారాడి
పుడమి మీఁదను గూలఁబడెడువారు
పిల్లలు తల్లులు భీతుమీఁద గవుంగి
లించి హాయని విగ్గ నేడ్చువారు

నగలు బంగరునాణెము ల్నాక విడచి
బరవసంబున నెచటికో పారువారు
నంగడుల తల్పుఁనుమూఁయ కరుగువారు
నైరి ద్వారావతిఁ గేస్తు లట్టితరిని.

చ॥ చలుదులచిక్కముల్ తొడలచక్కినిగొట్టుకొనంగమూఁపులన్
బలుపులు వ్రేలుచుండ దడబాటెసగన్ వడివచ్చి మోటుపం
చలు పయిపైమెలంచుచును జెచ్చెరవెన్నుని మ్రోల వంకక
ట్టిలు బడవైచి భీతులడరన్ బుడమింబడి జోతసల్పినన్.

క॥ అగ్గొల్లవారి బెరమసు
డగ్గరి చేయూఁతలేపి టక్కరిగొల్లం
డెగ్గేరివలన గలిగెన్
దిగ్గన నాలోక మీరు దెల్పుం డనినన్.

చ॥ ఒడయడ యేమిచెప్పుదు మయో మనవీటి బజారువెంట బ
ల్విడిజను దెంచె మిన్నెలుగొ వేలుపురాయడొ లేక సెప్ప డె
ప్పుడు నరుదెంచు రక్కసులపుట్టలదిట్టయొ పెద్దబూతమో
కడుపునగన్న బిడ్డలటు గావగదే మము నెల్లనిత్తరిన్.

గీ॥ ఆనిన దన పది నారసియంతఁగట్టు
దెలిసి చిరునవ్వుమోమున నొఁకలెత్త
సనియె జడియకుడయ్య మీయంత్రవార
లిట్టులైన కాలంబున కేమి పరువు.

చ॥ విను డటు లేగుదెంచునది వేలుపురాయడు గాడు పొద్దుగా
డొనర శమంతకంబు చలనొప్పగ దాలిచి వేడ్కఁ వచ్చు ని
ఘ్నుని కొమరుండుగాడె తనకుం సతతేజుఁ సామి కూర్మి పెం
పున నలమానికంబమరె పొల్లగునే కలవారి కూరుముల్.

క॥ అని మరియు నుగ్రసేనుని
కొనగూడిన రతనమెంతయో తగియుండున్
గనులార జూతుమంబర
మును చెలువకు దయ్య మాన మొద్దునుగూర్చున్.

సీ॥ అనిననెల్లరు బల్కిరవునవు నా బమ్మ
చెయ్వులన్నిటను విచిత్రతనముండు
ముసిడికాయలకు బొల్పెసగు సోయగముంచి
పనసపండ్లకు ముండ్లఁ బాముకొల్పె
తుంగముస్తకు తావి దోరంబుగాజేర్చి
బంగారమునకు నొసంగఁడయ్య
పిసినిగొట్టుకు డబ్బు వెల్లుగా నొనగూర్చి
యీగికల్గిన వాని కీయఁడయ్య
మగతనము లేనివానికి సొగసుకత్తె
దార్చినట్లుగ నాశమంతకము నుగ్ర

సేనరాజున కీక బ్రసేనునన్న
కిచ్చె బువితేండ్లకెల్ల గన్నెఱ్ఱగాఁగ.

క॥ అని యనుకొనుచుండంగా
దనగీముంజేరి యింటతగువారిఁ గ్రొ
న్ననబోడిఁ ముఱిపెంబుల
గనిపత్యఁదమ్ము గుజ్జగాంచెఁ మించెఁ.

క॥ తాఁబొందిన తంటాల్గా
రాబమ్మ్రన నింటిలోన రాచుట్టలకెం
తేబల్కె సంతసంబిడె
తోబుట్టు ప్రసేను డెలమితో మైమఱచెఁ.

గీ॥ రాకొలపుమిన్నయైన సత్రాజితుండు
మంచిగా నింటిమూల శమంతకంబు
నుంచి పువ్వులబూజగావించుచున్కి
రోజునకు నెన్మి చేసి బారువుల మేల్మి
బంగరువు తప్పకుండ నొసంగుచుండె.

క॥ అత్తరి గోడలు మేడలు
నెత్తగుబురుజులు నరుంగు లిండ్లునుగొట్టాల్
జిత్తరువులు గంబాల్మేల్
పుత్తడి నమరింపజేసె బొలుపారంగఁ.

ఉ॥ చేయనిజన్నముల్ సెనరుచే నలరింపని బీదపిండ్లు లై
సేయనియిండ్లుముక్కుపయి జేయిడిచూడని వేల్పుటాండ్రహో
హోయని యెన్నియో కయిత లల్లని కైసరులఁ సెబాసు వ
హ్వాయననట్టి తేండ్ల గనవచ్చునె యాయనసుఁ బెలంపగన్.

చ॥ తిరుగుట మానికంబులను దీరిచినట్టి కడాని మేడలన్
కరగుట లెవ్వియే బనులకై తనుగాంచిన వీపలంపునన్
జరుగుట పున్నెముల్గలుగు జన్నములన్ వగునోలగంబులన్
సురుగుట చెడ్డచెయ్వులను సూవె ప్రసేనుననుంగుటన్నకున్.

చ॥ ఒడలినిజూచి దువ్వలుచ లోగిక మూ[illegible]పొట్టజూచి కా
ల్నడగని జోడు బొడితలలంగని సొగలు పోగులొంపి తా
పడుగును బెండ్లి జేసికొన బట్టెడు పొమ్ము నొసంగు వీచకే
ర్పడగ ప్రసేనునన్న యదిరా యిదిరా యల కెంపు యోతగున్.

ఉ॥ పచ్చలు గెంపులున్ రవలు బంగరు వేలుపు తేనిరాలు దా
నిచ్చి హారంగుబొమ్మ లమరించుమటంచని తండ్రియానగా
నిచ్చను సత్యబొమ్మలొనరించెడు వారలబిల్చె నెచ్చలిన్
ముచ్చటలూర నొక్కచెలి ముద్దిడునట్లొనగూర్పు చేయుచున్

గీ॥ మరియును నెచయందు నేరితి మలయునట్టి
చెల్వుగా కత్తిచెలకాని చెయ్వులన్ని
వేడ్కజత్తుపవ్వలందు గావింపజేసి
ముగుద చెలికత్తెలకు జెప్పి మురియుచుండె.

క॥ అన్నెలతయిట్టులుండన్
జెన్నలరన్ దండ్రి యుగ్రసేను[illegible]
మన్నియకు శమంతంబా
వెన్నుండిమ్మన్న యట్లు వినిచె[illegible]న్.

మ॥ తగుసేవెన్ను నట్టులాడనిసిరో ద్వారావతిన్ [illegible]
పగువాల్గంటిని బెండ్లియాడునెప నా[illegible] [illegible]డు బల్

మగలెవ్వారయినఁ గడంగియిదియామామూఁనుఁ గృష్ణుడీ
తగవుఁ మాలిన రాయనింగొలుచ వంతల్ జెందకే తప్పునే.

గీ॥ ఒరులసెంతల నూరెల్ల వరిగితిరుగు
గట్టితుంటరి తెడుగా గలిగెనింక
నొకనిచే సొమ్ము గని యోర్చియుండగలడె
చెన్నటుఁపొంత కెప్పుడు జేరరాదు.

చ॥ అడుగునొకో శమంతము నహా యది యెట్టులొసంగువాడనా
యొడలిని నానియున్న యెడ నూపిరియిమ్మన నిత్తుగాక కా
రడవుల వానయెండలకు నాకలిదప్పుల కోర్చినిల్చి మిం
దొకవునుగొల్చి వేల్పులకునుం గొనరానిది గొంటినక్కటా.

గీ. అని మరియు నిట్లుదలపోసె నత డెడంద
సోకులనుగొట్టి వేల్పులసాకుజెట్టి
యిట్టి చెడుచెయ్దమునకేల నిచ్చగించు
నిచ్చగించిన దప్పునే యీశ నాకు.

గీ॥ చక్కదనముకెల్ల యిక్క మేల్గొనముల
నిడినపెట్టె విద్దెలిముడుకొట్టు
నైన సత్యనిచ్చి యడుగులుబట్టిన
సెంచినన్ను గనికరించునేమొ.

గీ॥ పేర్మిసొమ్ములిచ్చి పిల్లవాండ్రనొసంగి
చెన్నటులను బూజ సేయుచుండ్రు
బడుగులెల్ల మెడల వారిమేలూరక
మీదికెగిరివచ్చి మోదకుంట.

గీ॥ ఇట్టు లేమే మొయనుచుండ నింపుతో బ్రి
సేను డడవిని వేటాడబూనిమంచి
తేజి నాయిత్త మొనరించి తెమ్మటంచు
నానగావించి యతడును లోనికరిగి.

గీ॥ ఇంటివేల్పుకంటె హెచ్చుగా బంగారు
పెట్టెనిడు శమంత మట్టితీసి
యింపు బెంపు నింప నెవదాల్చుకొనెనన్న
వలదు వలదటంచు బలుకుచుండ.

సీ॥ ఆకుపచ్చనిరంగు షోకుదుస్తు హొంరంగు
కడలన్ని దట్టంపు టడవి జేయ
రతనంపు బొమిడిక రవలజిగాజిగి
నిరుకేళివలను నవలేపి యెత్త
తళతళలాడు చికిలికత్తుల బెసంగు
లెవసెడదొడగి యీరెంసగాయ
వలెవాటు సవరించు వలిపె హొంబట్టు సే
ల్పుకమి యెల్లెడల బుహ్వాడు గురియ

తవదు వేసంబు నవకారు తరి సెలద్పు
పూలదోట వితంబున బోలు పెసంగి
జేసి బోయలు బంట్లు వజీర్లు బూన్కి
బరవసంబున గొల్చిరా బయలు వెడలె.

చ॥ వలలు ఉలువమ్ము లీటెలు సివంగులు గుక్కలు డేగలుం బయిం
గలిగిన మోహితకాండు గమికాండును వెంబడిరా వజీర్ల వ

గ్గలనుడు లాలింపుచును కేరడమాడుచు గేలికొట్టుచుఁ
జెలువుమఁగంటిమి స్గన బ్రిసేనుడు ద్వారకదాటిబోవుచోఁ.

గీ. తడుపుకొల్లాయగుడ్డ సొదలనుదాల్చి
సత్తరువులోన వంటకై దుత్తయును ప
నంటియును గట్టియలుబూని జంటలేక
నెవ్వడో యొక్క ముదిబాప యెదురుకొనియె.

కం॥ అదిగని విన్నాణము గ
ల్గు వారల్ చనవలదు వేటలోపల గడు గీ
డొదవు నన వినక నడచెఁ
విదివ్రాల్దాటంగనెట్లు వీలెవ్వరికిఁ.

చ॥ తనతెలిమావు తెమ్మెరనవల్చు వడిఁజనుచుండ మేల్మిగా
ల్లునుసడలించి యుస్కాలపి చూడకడఁ గడముట్టబారి చ
ప్పుననరుదెంచుగుక్కలగముల్ భవుభౌయులివ్వులెన్లంగ వెం
టనుబడి రా వడిర్లను కటార్లుతుటార్లనువెన్కయై రటఁ.

గీ॥ తెంపుబెంపున నేయడ్డగింపులేక
నడగతోడా నడవిలోబడి తొడంగి
గుట్టలునుబుట్టలును చెట్టుపట్టులరసి
యరసి మెకముఁదొరసి వేటాడునపుడు.

గీ. అచ్చటికిదాపునందున్న యట్టి వింజ
మనెడుగుబ్బలినుండు బోయలకు పెద్ద
లైనవారలు సనుదెంచి జేనిగాంచి
మ్రొక్కి మొకవున్గుపిల్లిని మోలిబెట్టి.

క॥ పబువా చూచితె ఏంజం
బబుబరమౌ సెట్టివార్కైనను నెంతె
త్తుబలే మాఁుంక్లటనుం
డు బగల్ రేయియును జీకటుల్ -పిమ్మనుచో

క॥ అందలి మెకపుంజేడులు
నుం దుప్పులు పెద్దపులులునుం జిరుతలు బల్
పందులు లేళ్లు సివంగులు
పంపలు వేల్సుమ్మ్ర రమ్ము్ర వానింజూడన్.

సీ॥ వానిదుంపార నీతోన యేపందు దు
,ప్పులపిల్లలే పెద్దపోతులంత
సామి చూచితివె యూచమురుపందికి వెండు౨
రింత బీకంగ జిమ్మించి కొట్టు
నయ్య పెద్దుసిరికాయం తేసి తెల్గుండ్లు
జలజలరాల్చు నేస్గులు బెనంగి
చెట్టంతయాబోతుబట్టి నేలకుగొట్టి
కొనగుట్టవరకీడ్చి తినుమెకాలు

చూడ సొంపా కొపమలేళ్ళు చూచినంత
నింటిమాటెత్తనీయని యేదుగుంపు
సింగములకైన నింత తొంగిపోని
యడవి దున్నలు గొరనాసుఁందుగలవు.

క॥ తొడరి యెలుగెత్తి యార్చిన్
బిడుగులు పడిరాలు పెద్దపెట్టున నొక దూ

కుడుజేసిన మావింజము
దడదడలాడించు సుమి కొదమసింగంబుల్.

క॥ అమ్మా యయ్యేలుగుల నా
బమ్మెట్లొనరించె నొక్కొ పరుసడిలో సిం
గమ్ముల దమ్ములఁజేయును
రమ్మా పూపాఁము జూతురాయడ యింకన్.

గీ॥ అనిన సంతోసమంది తే డట్లె యనగ
వెంటనిడుకొని యొకజాలు వెంబడించి
అడ్డె పానపాన మబ్బానువట్టె హోటె
యెంతనవ్వది చెలకపెట్టెయటంచు
నిల్లిదే యాంచుగొని పోయి రల్లతేని

సీ॥ మున్నగస్త్యుండు రాబుకమిసాగిలి మ్రొక్క
నుండుమిట్లన బండియున్నవాని
పాపసామ్ములసామి రావణంకులకున్కి
యగు నేటిచెలిప్రిక్క తగులుకాని
నిండియా నడిమికి రెండుపంపులుగాగ
నమరించు పెద్దగట్టైనవాని
కడుమెకంబులకు దొంగలకు తేండ్లకు నిరా
బారులకిక్కయై పరగువాని

తమ్ములకు గల్వపూవ్వుల కిమ్ములైన
వలపు తెలినీటి కొలకుల వాసిగాంచు
నెత్తముల వేల్పులచ్చరల్ నెత్తమాడ
వేడుకలుగూడ జూచెనా వింజమపుడు.

కం॥ కని యిది కాం పినజాలగె
మనుటెందుల కేంధ్రుబూంష్ణు మజ్జా
మ్మినుపట్టి నిక్కియెగుకం
జనదే యీా గట్టుకొనకు జనువాత

చం॥అనితలపోయుచుఁ గరకుటమ్ములగోళ్ళుఁ గ
మొనసిన కారుసింగమును మోఁటెలు గుంజెఁ
దినిబోగ రెక్కుడున్న నొకదెబ్బకు దెబ్బకుజజ్ఝ
దునిసిపడఁ బడిఁ నెరపె దూలకచెంపు జెం

సీ॥ దిట్టమౌయేస్గు గీపెట్టుచుండగ దొండ
మట్టెబిగ్గనబట్టి కొట్టనేల
గొరివ్వాడిగోళ్లెత్తి కొట్ట రివ్వునవచ్చు
కొరిల్పులివనయీాటె గురిచ్చు
యేనుంగురా తల పైనుండి కుప్పించి
యురుకుసింగము తల నొడిసి
కొరికివేయగనోకు దెరచివచ్చెడి పెద్ద
యెలుగుబంటని చెట్టు కేసి

దుష్టులను జేరిల్చు నడవిపందుల ను
కణుజులను గెల్చు యేదులగమినవాల
లేళ్ళనవరాల నెనిమిదికాళ్ళవాని
వాల్మెకంబుల గూల్చు నవ్వారిగా.

క॥ పలచియలేడిని బట్టుఁ
బిలుతివియక సింగములను బీకవడం

వెలుఱతరం బందు గొమ్మల
విఱుచుఁ బట్టుకొని మింట వేల్పులు పొగడన్.

క॥ మాంసపు పట్టు నెక్కొను
చాతుర్యపు గెలుపుఁ బోస్తు దైత్యముచేత
ప్రాణసాధనపు కౌఁగంబుల
గాఢముగా జంపి గిరియుఁ బేటయనన్.

తే॥ ఇటు వేఁడు పల్కుచుండఁ
జటుక్క వనకంబు నొక్కసింగము వనవె
న్కా పైపురుండి దూఁకి
పటుక్కుమనిపురియ కొరిఁ పసదొ్రసెనన్.

తే॥ పసదొ్రసి కొమ్ము మిాఁదఁ
గనుకొని సింహమాంసమంతయు గైకొని బ
ల్వాఁడి బాలుచుండె ధన సె
యొన్నఁడే పంతోసమొందక సేఁ విలసిల్లన్.

గీ॥ ఆ కటకని జాంబవంబను నట్టి యెలుగు
బంట్లు కొన్ని దినముల నతుచే శ
వంగనకము తెగ్గనసు చాల చింతబొంది
కొడుకు తనకు దీసికొనిపో గొర్కెగలిగి.

గీ॥ పన్నుకొంచెపు దెబ్బము గాఁచి మార్గాని
కిలుపెరా వెన్నకాలుఁబట్టి
కుశమిత్రిప్పకొట్టి గుమిమిరింగువానికి
తలుపు చప్పనము దెను గాదె.

క॥ సింగము నిటుజంపి రతన
మంగ[illegible] జా[illegible]బత్రము వింజపుంబ[illegible]
[illegible] జసి [illegible]ట్టికి ని
చ్చెం గొ[illegible]నకు[illegible] కెంతవారు జే[illegible]

క॥ [illegible]చ్చువారల్
క[illegible] నగ[illegible]య వె[illegible]
[illegible] గా[illegible] డెం[illegible]బులు
ద[illegible]యిక్కనగ గూలి తలపోసి [illegible]

సీ॥ రాజుగారైన సత్రాజి[illegible] వచ్చి
మా[illegible]మ్ము జేసని మనలన[illegible]
నేమి[illegible]డు మె[illegible]తుము
[illegible]గ[illegible] వాతపతి జపె
యుండు [illegible]యొగి మా[illegible]
పు[illegible]లు సింగపుంగొ[illegible]
[illegible]లు [illegible]లు[illegible]ణిము
[illegible]ములేవి తెండు తేతెం[illegible]

నా[illegible] నామనసు బొంపా[illegible]
స[illegible] [illegible]ము [illegible] మాచిన్న[illegible]
[illegible] నాను [illegible]మే[illegible]చ్చెనిన
నేడదు[illegible] సుడున్నదు మే[illegible]

చ॥ అని[illegible] గుం[illegible]దుచు గుందు[illegible]
వినిగని[illegible]యుక్ [illegible]లుప[illegible]ను [illegible]

నను పులు [illegible] తొడంగి భ
గ్గన [illegible] నేర్చె నేమనన్.

గీ॥ ఆసుగ సెదో[illegible] పల్కు-
[illegible]
గాన [illegible]
[illegible]ంచు సోమ్మసిల్లు.

ఉ॥ కాయను [illegible] దు [illegible] పాలిత్రోకచు
క్కాయను [illegible] జక్కదనంబు కెల్లని
క్కాయను [illegible] తియ్యని లేతమావిమో
కాయను [illegible] గాయనుంగనున్.

ఉ॥ పాయను [illegible] వంచిగోనాలమేలితి
ప్పాయను [illegible] పాయను నాకడరార మేల్మి కు
ప్పాయను [illegible] సొరగు గంతుపుప్పొడూ
పాయను [illegible] యను బాయను జీయనుఁ దనుఁ.

చ॥ డాయను [illegible] దురారమంచిగో
డాయను [illegible] నన్ను రిపించు [illegible] డు నీ
డాయను [illegible] నీయొ[illegible]లెట్టు సైతు దో
డాయను [illegible] డాయను గ్రొత్త [illegible] డాయనుఁ వినుఁ.

ఉ॥ రోయను [illegible] నా కెటిదారితమ్మ [illegible]
జ్జోయను [illegible] యను సిగ్గె గపెట్టుచుఁ ప్రరా
రోయను నీ చే[illegible] యను సిగలె నేను పేటబో
రోయను [illegible] యను నేనెటు సైతు రోయనున్.

క. అనియిట్లు తోడబుట్టిన
చనువున నెనగాన కాని జాలింబడి తూ
లిన మెదస్సోలిన మెయితో
డను కొంతశమంతకం బెడందందోపన్.

ఉ॥ నేరుపుమై సెవం చనక నిన్ను గనుంగొని పెన్గలెంచగా
నేరరు నీవెలన్ సతము నిన్ గనిమంటిమి నీగొనంబు బం
గారమునీను నీకతనగా నెజగంబున కెంత మేలు వ
హ్వా రతనంబ నీయొడలువాసిన నా యొడలేల గాల్చునే.

సీ॥ తమ్ముడా హాశమంతకమా యెచటనుంటి
వెవనిపాల్పడి కలివిచ్చుచుంటి
నీదుసింగారంబు నీదుబంగారంబు
తరగలై తిట్టలై తనరునహాహా
నీవుకోర్కెలను నిండించు నింతులుబీద
లెటువంత దరిగాంతు రెందుపంచుఱి
పొల్లులాడనివాడ పొద్దొసంగినవచ్చి
పోయితే నిల్కడ బూనలేవె

పొలుపుగలవాడ వేవెల్గు వెలుగుదాన
అనుగు చెలిదిట్ట సుకముల కొటపట్టె
మురపెమిడుపంట కరువ్రుల పరుముపంట
యంచు బలవించు బ్రిదుకుటెట్లని తలంచు.

గీ॥ మును శమంతక మురిసేనుచ కొసంగు
మనుచు గరివేల్పుగోరి నట్లచటనిచట

వారలాడిన మాటల బారజూచి
యరసి యిదివాని పనియె కానగునటంచు.

॥ ఔరా తుంటరి మానికంబునకునై యాసించి నాతమ్మునిఁ
నేరంబింతయు లేనివాని దునుమఁగ నీచేతులెట్లాడెరా
యోరీ నల్లనివాఁడ నీకోలపుచెయ్యేల్ జూపితే విన్నవా
శేరుంజీయనరోయటంచు బలుమారెగ్గెత్తియూరెల్లెడఁ.

కం॥ మాటల బెరకతలందుఁ
సూటీ పోటీ నుడువుల సూచాయల న
మ్మేటివయి నపనెపమ్ముఁ
జాటించె నిజంబటంచు జగము న్నమ్మఁ.

గీ॥ ఎవ్వరైనను దన్నింత హెచ్చరించ
గొల్లయిల్లాండ్రు మరగిన కోడెకాడు
దొంగపనినట్లు టక్కరితోడబుట్టు
వెవ్వడవ్వాని చెయ్దునుం చెరుగజెప్పు.

క॥ ఈలాగున రోకంటఁ
రోలఁ బాడంగ నతడునుం దెలిసికడుఁ
దూలియిక నేమి తెరగని
లోలోదలపోసి తనకొలువునన్ జెప్పఁ.

। పనుపడనాలకించి బలభద్రు డెనంగనరానికిన్కభ
గ్నవడిమండి తోకచురుకానగ ద్రొక్కినత్రాచురీతి నా
యనుగగుతమ్ముకుజ్జ్రి నిటులారడిసేయగ వట్టితప్పుమో
పిన పెనుతుంటరిం దునిమిపెంపు జెలంగెద నిప్పుడంచు నే
ఫున దననాగలిఁ బయికిబూనిచి పట్టి చనంగ నడ్డమై.

శా॥ అన్నా తొందరయేలయాగు మొదిజేయంబూనినన్ బెద్దలన్
విన్నాణంబుగ లట్టి వారలను మెప్పించన్ నరేన్ ముందుగా
చెన్నుం జూపక మంచిచెడ్డెరుగ కెంతే తొందరల్ జెందువా
రెన్నండున్ జెడిపోవురంచు వినవే యిప్పాటనం బోర్మివై.

గీ॥ కినుకడించు సాత్యకిని జూచి నందుని
కొడుకు పెద్దవారి నడుగనలయు
ననినపూట కెంతొ యంరి నంతుల విచ్చ
యెయుచు జెప్పి కప్ప మెట్టులనియె

క॥ ఎరిగినవారల కెల్లర
కెరుకయగుచు జగము మనుప నిల బుట్టిన నే
ర్పరి మంతులే పె గుగుట
తెకగిరియనిరొ గను చెల్పుటగాదే.

చ॥ అనవుడు నంతసిల్లు ఁనిరయ్య ప్రసంగనై మూయుసంవదో
చినయటు కిన్నవింగనము సెప్పగలాడిల లేమమీడు త
మ్ము నిగడ తేర్చి యూరగనమున్ గొసినాప నటంచు నీకు వ
ట్టి నెపము పెట్టికట్టి చుంటిన్ బరిమార్చగ నెల్లరెస్తరిన్.

ఉ॥ ఇప్పుడ వానిజంపునెడ నెల్లను పూనికమీరకొంటిరన్
దప్పను మీపయిన్ నమయొసం గుపెంగుచుగాన దానినే
చొప్పున నైనబట్టకొని చూపి పితాసపమెల్ల మాసిపో
నప్పలుగాక దున్మ నవాపః యని మెచ్చుజగంబులన్నియున్.

గీ॥ అనిన సంతోసపడి పెన్నుడాను నాన
నుగ్రిసేనుండు బలరాము డొప్పుకొనిరి

మనుమలుం గొడుకులు దమ్ము లనుగుచుట్ట
లెల్లవారలు నిదియ పోచెల్లుననుడు.

చ॥ నవవిలుతుఁడు సాత్యకియు నల్లనిబట్టగలట్టిజెట్టి కం
తునికొమరుండు సాంబుడును దొడ్డమగంటిమిగల్గు చుట్ట ల
ప్పనికయి జాడదీయఁగలవారు వజీర్లొక కొందరంటిరా
జనిరె ప్రసేనుడేగు కడచాయల నా కరివేల్పు నెట్టనన్.

చ॥ చనియడవిన్ దగన్వెదకి చచ్చియిలన్ బడియున్న యాప్రసే
నునిగని వంతబొంది యిటనొంచెనె కట్టడి బమ్మ్రవాప్రి లహా
యని రతనంబుకై వలుపలన్నియు గుత్తుకనున్ మొలన్గనుం
గొని యెటలేక యుండిన దిగుల్పడిరందరు వెన్నుడంతటన్.

చ॥ ఇదె కను డొక్కసింగమిట నేడ్తెర వీనిని దున్మివైచి పే
రెదవెలుగొందుమానికము నెంతయుగైకొని పోవనోపు ని
య్యది పెనుగోళ్లజీరు గురుతల్లదె పల్లమి నొత్తెపుత్త్రసా
నిదె బువి కాలిజాడయని యేర్పడగా నెరిగించి పిమ్మటన్.

గీ॥ కడగి బొబ్బమెకపుగాలిజాడనుబట్టి
యెల్లవారు వెంబడించి నడుమ
నల్లనయ్య యడవినడివారమునకేగి
డెప్పిల్లియున్న మెకపుతేనిగాంచి.

చ॥ ఇదిరొయెటులీల్గెనంచు గిలయెల్లరునుం బరికించికాంచి యి
య్యది యొకయెల్గు తేనిపయినాఁము జేయుటగూలెనంచుదా
రెపలదలంచి మానికము నెందునుగానక మ్రింగబోలునం
చొదవినతొందరన్ గడుపునొరిమిజీలిచిచూచి రద్దొరల్.

క॥ అందుచు గన్పడకుండిన
నంచరు నయ్యెలుగుబంటియ కోనెంబో యిం
చెందుచు లేదని సాగిరి
ముందరనడువంగ నెలుగుబోయినజాడన్.

గీ॥ ఎలుగుజేని యడుగు లటవింజమున
నొక్క పెద్దసారెకుబోవ బీతుజెంది
యెల్లమూక మొకములెల్లగా నటనిల్పి
కజ్జైనేస్త్రియొకడె గవికి జనుచు.

క॥ ఓనేలతాల్పకలదా
మానికమిటననెడు కృష్ణుమాటకు సరిగా
నోనేలతాల్ప కల దా
మానికమిట నచుచు బల్కె మలయయ్యెడలన్.

గీ॥ మంచిదంచు జగము మంచులాపరతన
కెట్టయెదురనున్న గుట్టబొరియ
జూల్మెకంబుగొనవసారియజొచ్చినరీతి
జొచ్చెవారలెల్ల జూడనంత.

సీ॥ నెర నల్లచీమ్మలై నేరేడుపండులై
కాటుకపిట్టలై కాకులగుచు
చినచిన్నముంతలై చిటిబావ దొంతులై
వింతలై బలిసిన దుంతలగుచు
కరియావులై కలంకారు దుప్పాలువలై
యాముటాబోతులై హాత్తులగుచు

చీకంటి మూఁకులై రాకాసిమూఁకలై
గురిమీరు కాటుక కొండలఁగుచు

మేర లేక కనుఁమీఁద మిన్వ్రియ్యలై
పడినయట్లు జగము లడఁగినట్లు
జెలఁగె వానిమోఁల, చిమ్మచీకటి తెరల్
కన్ను పొడుచుకొన్న గానరాక

కం॥ అట్టితరి బాములంచుఁ
మిట్టనుచుఁ బల్లమనుచు మెల్లనజన డి
ట్టట్టులికిపడడు వెరువడు
గొట్టెంచం డాత డెంతకొంటెయొ తలఁపఁ.

గీ॥ కడఁగి జగములన్ని యడఁగిన తరియందు
జిమ్మచికటులను జెలఁగివెలుఁగు
నట్టి దిట్టగుట్టయందున్న సొరియలోఁ
జీకటులకు బీతుజెందునట్లు

గీ॥ ఇట్లు లోనికిజని కంటికింపుగాఁగ
తళతళమటంచురతనాల వెలుఁగువఁన
తిరమయిన పెద్ద మెరుగవ దేజరిల్లు
సొగసుమేల్ పైడిముత్యాల నగరు గనిరె.

చం॥ కని కనుదోయి మూఁతవడగా నొక యింత పిఠాకులో వహా
యని యెదనూదిపట్టి బళిరా యిది యేటిబెడంగు దీనితో
నెనగలదాని గాంచి విని యెన్న డెరుంగము నిక్కమాకలా.
యని మదిగొంత సేపరసి యాసొగసుందన మెంచె నిట్టులన్.

ఉ॥ ముత్తైపుదోరణంబులును ముగ్గులును [illegible] లున్ బళ్
పుత్తడిగోడలున్ సొగసు బొమ్మలు [illegible] గులిన్నెలున్
జిత్తరువైన మంచములు సెజ్జలు [illegible] యున్ [illegible] రే
యిత్తరిగాంతసేసినట సే [illegible] చూ[illegible]వన్.

గీ॥ దీని రొమ్మునయ [illegible]
యెట్టివెట్టు [illegible]
యెంతసొమ్ము [illegible] సున్నా [illegible]
చొప్పువాని నిపుడె చూతుగాక.

గీ॥ ఎఱుగనట్టి నెపము [illegible]
చూపెగాక [illegible] చో[illegible]
వానిమేలు మఱువవచ్చునే [illegible]
దివిరి యిప్పు డప్పు దీర్పు[illegible].

కం॥ అని యిన్ని యెంచుచు [illegible]
[illegible]న మురిప్పించు [illegible] లో
జన నుయ్యాలో జొంపము
లని పాడెడి కలికిపలుకు [illegible]న్.

కం॥ వినబడిన పల్కుచాటుగ
దనమేనుగు [illegible]
లను వే[illegible]లు[illegible]ముగన్
గని యబ్బురమం[illegible] [illegible]న్.

ఉ॥ ఏడువబోకుమన్న యి[illegible] నీ
వాడుకొనంగ నీయనుగుటయ్య [illegible]సింగమున్

బో[illegible] మీాఁ [illegible] పొల్పుగ పెట్టి యొసంగెనీకు నా
తో[illegible] పిసాళ [illegible] తోనెలకోయిల కూతలో యనన్.

చ॥ అ[illegible] యుంబు [illegible] యల్లన నుయ్యాల జేరబోయి య
మ్ము[illegible] మోష్పనుంగవతోడ నెద్దియో
మఱిని [illegible] యలమూరి వజీరుమానికం
బ[illegible] తవనుం గతసిన్ సరిపత్తురే యొరుల్.

గీ॥ [illegible] పాఁకతవాబు వోవ్రుటెరిగి
[illegible] జాంబవ్రుండ రవిమ్రి
[illegible] నిమ్ము [illegible] యలమూరివోంగ
[illegible] పోయెనని [illegible] లుంగెత్తి పిలిచె.

వ॥ [illegible] నినంతవ [illegible] గుఱ్ఱాయండుక్షు పెంపెక్క మో
[illegible] రోసంబారగాబట్టె ముఁ
చ్చు[illegible] యనిపూజెట్టిన్ యశోదమ్మము
[illegible] యందున్ గట్టి [illegible] వేసన్.,

ఉ॥ [illegible] పాటును జెంచక వానిచేతు లి
[illegible] యొ[illegible] జాంబవ్రు గ్రిందినుండి వెన్
[illegible] లంబడెన్ బువిన్
[illegible] గొబ్బునపింజము మారుమోఁగగన్.

చ॥ [illegible] వాలునలేచి తొడంగి నిల్వమీా
[illegible] సిరు బిల్కరజేసెన నోర్వపచ్చునే
[illegible] పెన్మగవాడవయేని నిల్వుమం
చో[illegible] నెదనుక్కన నెత్తుమ్రొక్కమోదినన్

ఉ॥ నీదిరదెబ్బ యంచతనినిన్ గని దాగయిదోయియందుగా
మోదకిబూని కాచుకొన బోలు నిదే సమయించు నిన్నటం
చూదిపయిన్ బడన్ విడువనొక్కడ కోసరిలెన్ రవంత య
మ్మోమ్రదునకొక్కబండనురుముం బొడుముంబలె నయ్యె
నయ్యెడన్.

చ॥ పగతురువచ్చి మూర్కొనినపట్లను వారినడంచబూని యె
ప్పాగ సవ కూర్చు ఆలుగొనిపోడిమి నక్కరివేల్పు పైపయిన్
దెగి జడివాననా గురియ దేకువ డాల్గొని యొడ్డెవాని బ
ల్మ గటిమిజూచి యయ్యడవి మన్నియ యబ్బురమొంది
చెచ్చెరన్.

గీ॥ బరువయిన యొక్కరాతి కంబమునుబూని
వేయ బెకలించు వాని చేదోయిబట్టి
నడుమగల రాతికంబుంబు బొడుముగాగ
బిట్టుమోవెను కలుమూరు వింజమద్రుచ.

ఉ॥ పెల్లుగ జీమపుట్టలను బీల్చు మొగంబుల పెద్ద యెట్టులే
మెల్లన బట్టుసూడ్చుకొని మీరికకిన్కనొడ ల్వదిల్చి యా
నల్లనిసామిపై కురికి నా యెదుటంబడి యెట్టుపోయెదో
గొల్లడటంచు కొంచిలివాకో యని బల్వడితోడ పైబడెన్.

క॥ పిడికిటి వ్రేటుల గాల్లన్
మడమల మోకాలిపోట్ల వరివీగు నె
ల్లెడల నొకరొకరి మోదన్
కడగుట నప్పొరు చీతుగలిగించె నటన్.

బ్బును నేలయు బంగరు
బ్బలియున్ వింజమనెడుకొండయు బలియున్
బ్బ మెగము దలపడిన
బ్బురమిదె నచటివారి కయ్యనిజూడన్.

డువరు కడపంబారరు
డియ రొకళ్లొకరి కింకజాలునరునే
దుంగరు పేర్గడుగ రదె
డికయ్యమొ వేరిట్లపోట్ల గాసిలిరురకన్.

రంబు వంతు డెపమై నిలువంబడి యోడదిట్ట నీ
జెట్టినెందువినిర్దైన నెఱుంగను వేల్పులైన నా
ండి పారుదురు హాయని బిట్టుగ గద్దరించినన్
రు వగ్గమును దుడ్డును దున్నను వీడి జారెడున్.

నను రాముడల్ల తొలువేలుపుడిట్ల నడంచుపట్టునన్
సోకుమూకలను బల్విడితో జిరుచీమలట్ల ను
నాడ గొండగమి నుబ్బునసంద్రము గట్టుచోట రా
చ మెచ్చు వెచ్చతి నదంతయు జెప్పగనేల నీకిటన్.

జ నీటివాములునాల్గిటికిబోయి
పడి తానమొనరించి వచ్చునాడు
లో వేపెమొద్దు నాటిననోర్చి
జగముచుట్టము నొద్ద జదువునాడు
కాండనిను నెల్లుగముల నన్నిటి జక్క
జేసి కయ్యపువిద్దె జెప్పునాడు

ఉ॥ నీదిరదెబ్బ యంచతనినిఁ గని దాగయిదోయియందుగా
మోచకిబూని కాచుకొన బోలు నిదే సమయించు నిన్నటం
చూడిపయిఁ బడఁ విడువనొక్కెడ కోసరిలెఁ రవంత య
మ్మోమ్రదువకొక్కబాండనురుముం బొడుముంబలె నయ్యె
నయ్యెడఁ.

చ॥ పగతురువచ్చి మార్కొనినపట్లను వారినడంచబూని యొ
ప్పుగ సమకూర్చు అాలుగొనిపోడిమి నక్కరివేల్పుపైపయిఁ
దెగి జడివాననా గురియ దేసువ డాల్గొని యొడ్డెవాని బ
ల్మగటిమిజూచి . యయ్యెడవిమన్నియ యబ్బురమొంది
చెచ్చెరఁ.

గీ॥ బరువయిన యొక్కరాతి కంబమునుబూని
వేయబెకలించు వానిచేదోయిబట్టి
నడుమగల రాతికంబుంబు బొడుముగాగ
బిట్టుమోదెను పలుమారు వింజమద్రువ.

ఉ॥ పెల్లుగ జీమపుట్టలను బీల్చు మెగంబులపెద్ద యెట్టులే
మెల్లన బట్టుసూడ్చుకొని మీరినకిన్కనొడ లివ్వదిల్చి యా
నల్లనిసామిపై కురికి నా యెదుటంబడి యెట్టుపోయెదో
గొల్లడటంచు నొచిటివాకో యని బల్విడితోడ పైబడెన్.

క॥ పిడికిటి వ్రేటులఁగాళ్లన్
మడమల మోకాలిపోట్ల మరిపిలగు నె
ల్లెడల నొకరొకరి మోదన్
కడగుట నచ్చెరు బీతుగలిగించె నటన్.

క॥ మబ్బును నేలయు ఒంగరు
గుబ్బలియున్ వింజమానెడుకొండయు బలియున్
బొబ్బమొగము దలపడిన
ట్లబ్బురమిడె నచటివారి కయ్యానిజూడన్.

క॥ ఏడువరు కడపంబారరు
జడియ రొకళ్ళొకరి కింకజాలుననరు నే
పుడుగరు పేర్గడుగ రదె
క్కడికయ్యమొ వేర్చిట్లపోట్ల గాసిలిరురకన్.

ఉ॥ అంతటజాంబువంతు డెదమై నిలువంబడి యోరిదిట్ట నీ
యంతటి జెట్టినెందువినినైన నెఱుంగను వేల్పులైన నా
కంతటికినుండి పారుదురు హాయని బిట్టుగ గద్దరించినన్
దుంతవజీరు పగ్గమును దుడ్డును దున్నను వీడి జారెడున్.

చ॥ ఓను మును రాముడల్ల తొలువేలుపుదిట్ట నడంచుపట్టునన్
బనిగొని సోకుమూకలను బల్విడితో జిరుచీమలట్లు ను
గ్గొనరిచినాడ గొంజగమి నుబ్బునసంద్రము గట్టుచోటరా
యని యెదమెచ్చు వెచ్చితి నదంతయు జెప్పగనేల నీకిటన్.

సీ॥ తొలిసంజ నీటివాములునాగ్గిటీకిబోయి
పడి తానమొనరించి వచ్చునాడు
మోకాలిలో వేపెముద్దు నాటిననోర్చి
జగముచుట్టము నొద్ద జదువునాడు
కాండ్రికాండ్రిను సెల్లుగముల నస్సిటి జక్క
జేసి కయ్యపువిద్దె జెప్పునాడు

కారుమబ్బులువోలె [illegible] రక్కసి [illegible]
కెరఁపటమ్ముఁ బాన [illegible]

సంతయును మేము [illegible] చూచి నీ వె
[illegible] కాని యునిలోన [illegible]
తౌర మొనగాడ నీవగు [illegible]
దెలియగా [illegible] మొక్కెద [illegible]కొందు.

మ॥ అనుమాటల్ విని వెన్నుఁడో యెలుగు [illegible] తిన్
మనుగొల్లం[illegible]ను [illegible] ద్రుని
దునకున్ బెంపు[illegible] సీరతనముల్ [illegible] ప్రీత
ప్పును నేజెందుట నిందునప్పు [illegible] లిన్

గీ॥ అనిన జాంబవంతు [illegible] మో[illegible]
మన్న గొల్లడా శమంతకంబు
గొంచుబోదు దెబ్బటంచు [illegible]
నీరసముం దవిలి పో[illegible]

సీ॥ ఇట్టు మారొక్కని [illegible]
వని [illegible]
నీరసంబున నగ్గి [illegible]
[illegible]
నడిమీంద గాలే తూపు [illegible]
[illegible] లో [illegible]
కినుకమై నీంకి పల్కుచు [illegible]
[illegible] తెలియ [illegible]

కారుమొయిలమ్మ నిగుడింపఁగా నతండు
కడగి తనమేని కరిచాయగలుపుకొని యె
దండునుసికొల్ప వెంట్రుకకొండ గాఁగ
లాగి లోగొన వాడు కలంతజెందె.

క॥ అనియిట్లిచ్చట నిరువది
యెనిమిది నాళ్ళైసగ తోడనేతెంచినవా
రును బసమూడవ రోజున
జని రాకరివేల్పు నాసపడలిన వెతతోఁ.

క॥ ద్వారావతికిఁ వ్వారలు
జేరి జరిగినట్టి కతను జెప్పిన వీరుఁ
వారవక మిన్నుపడిన
ట్లూరెల్లఁ గొల్లుమంచునువ్మ్రడి నేడ్చెఁ.

క॥ కనినతలిదండ్రిలును బెం
చిన తలిదండ్రిలునుముద్దుజేసినవారల్
మనుమలు గొడుకులు నాండ్రిఁ
దనచనవరులొండువగవు దరమే చెప్పఁ.

సీ॥ తలమీఁద రెండుచేతుల మోదుకొనుచు నో
రీముద్దుకుఱ్ఱ యాంచేడ్చువారు
గుబగుబరొమ్ము బగుల గ్రుద్దుకొనుచు న
య్యో యెట్లు బ్రతుకుదుమనెడువారు
నెడద తార్మ్రైన నెదియు గన్పట్టక
యట్టిట్లు దిరిగి తూగాడువారు

నోగిరంబులుసంచదు [illegible]
మునిగొన్న [illegible] మూర్ఛ [illegible]

[illegible]
ండుగు [illegible]
నెంతగతి [illegible]
నయ్యామా [illegible]

కం॥ [illegible]
కెల [illegible] కరుణ [illegible]
ఒలూపు గియుచన్న [illegible]
పెల [illegible].

కం॥ ఇటువెల్ల [illegible]
కటకట [illegible]
చటనున్న దుర్గని గా
ల్చుట్కొనె గుడిగూడ [illegible] టుకా [illegible].

సీ॥ గాంయలును [illegible]
దున్న పోతులు మామిరూలు [illegible]
తెచ్చిబలి [illegible] బాగమున్ [illegible]
పత్రిమూసల [illegible].

కం॥ మాబోగమును [illegible]
మాబోగినము [illegible]
చెవిగుపలో సుడును [illegible]
[illegible].

గీ॥ తలవిరియఁబోసి పసుపుమైనలఁది పెద్ద
బొట్టునిండార మొగమున బెట్టి వేప
మఁడలను చేతఁగొని గొల్లమగువయోర్తు
సివముచే గుర్రిద్దురిమి యూగి చెప్పెనెదియొ.

గీ॥ ఈవులకుగుట్ట విన్నాణమెసగుపుట్ట
యీఁగలకునట్టు కంపు పుట్టింటిపట్టు
మఁపలకు దొఁగలకు మూలమాదుగుఁకు
బంతిపొత్తైన యామత్తుపాకయందు.

గీ॥ గుడ్డలుతికెడువారును గొరుగువారు
కుండలను జేయువారు గూర్చుండినేయు
వారు గడమీదికెక్కెడు వారు మంద
గాచుకొనువారు కడుపార కల్లుద్రావి.

సీ॥ గాడ్పుచూలేను రాకాసులీరని యార్చు
కుప్పిగంతిడిపడు నప్పుడొకడు
అడుగకయే కల్లు నవ్వారిగాఁగ బో
యించికర్ణునియీపిఁపించునొకడు
ఊకొట్టు వారల జీకొట్టుచును మిట్ట
విన్నాణమును జెప్పవెఱ్ఱియొకడు
క్రిందబొర్లెడివాని గేలెత్తి చూపి యా
యనకంటెమేలు దెమ్మనునొకండు

కక్కువారలు చీకులుమెక్కువారు
తనదుపెండ్లాము కతజెప్పుకొనుచున్న

నోగిరంబులుపండుటుడిగి పెఱవెతతోడ
ముసుగువెట్టుక బిగ్గమూల్గువారు

చెరువుఁను బావుఁను నగ్గినురకబోవ
బందుగులచేత నాకట్టఁబడెడువారు
నెంతగతిపట్టె ద్వారక కింతలోన
నయ్యయో అక్కటా మొఱోయనెడువారు

కం॥ చెలియని చుట్టంబని తమ
కెలయించెడి బొజుగటంచు నేఁకయంచున్
బలుచాగియంచు వెన్నని
వెఁకొని లాగించి పడిరి తలఁగని వంతన్.

కం॥ ఇటులెల్ల రేడ్చి వేఁడిచి
కటకట మనయేప్పవలన గలదేమేఁం
చటనున్న దుగ్గినింగో
ల్చుటకైకెగుమిగూడి గొల్లబోంట్లున్ మగలున్.

సీ॥ గొఱియలును మేకలును ఁడి కోళ్లుపెట్ట
దున్నపోతులు మామూలులెన్నుకొనుచు
తెచ్చిబలివెట్టి బోనమ్ములిచ్చుకొనుచు
సత్తిమోసాల నొకపెట్ట సంతజేసి.

కం॥ మాబోనము ముంచనుచున్
మాబోనమె ముంచటంచు మాసత్తియటఁ
చేబిగుదులో నుడువుచున్
గాబాలైరెల్ల పసులకాపరులెల్లన్.

గీ॥ తలవిరియబోసి పసుపుమైనలది పెద్ద
బొట్టునిండార మొగమున బెట్టి వేప
మండలను చేతగొని గొల్లమగువయొర్తు
సివముచే గుర్ధుకిమి యూగి చెప్పెనెదియొ.

గీ॥ ఈవులకుగుట్ట విన్నాణమెసగుపుట్ట
యీగలకునట్టు కంపు పుట్టింటిపట్టు
మలపలకు దొంగలకు మూలమాదుగులకు
బంతిపొత్తైన యామత్తుపాకయందు.

గీ॥ గుడ్డలుతికెడువారును గొరుగువారు
కుండలను జేయువారు గూర్చుండినేయు
వారు గడమీదికెక్కెడు వారు మంద
గాచుకొనువారు కడుపార కల్లుద్రావి.

సీ॥ గాడ్పుచూలేను రాకాసులీరని యార్చి
కుప్పిగంతిడిపడు నప్పుడొకడు
అడుగకయే కల్లు నవ్వారిగాగ బో
యించికర్ణనియూవిఘంచునొకడు
ఊకొట్టు వారల జీకొట్టుచును మిట్ట
విన్నాణమును జెప్పువెఱ్ఱియొకడు
క్రిందబొల్లెడివాని గేలెత్తి చూపి యా
యనకంటెమేలు దెమ్మనునొకండు

కక్కువారలు చీకులుమెక్కువారు
తనదుపెండ్లాము కతజెప్పుకొనుచునన్ను

దాన బలుబూతులనుకొనబూనువారు
నైరి కలుఁపందిరుల చెంత నల్లరింద్రు.

సీ|| రంకురాట్నము లొక్కవంక గిఱ్ఱనిమ్రోఁగ
నొక్కటగొమ్ము వాండ్రూదసాగ
గారడీండ్రొకదరి పీరణంబునుగొట్ట
రహిఁ గంగిరెద్దులు రంకెపెట్ట
బెడపెటమంచు దప్పెటలొక్కెడ జెలఁగ
గంటలూరక గణగణ యనంగ
మగవాండ్రు నాండ్రు హెచ్చగు సివంబునవార్వ
సుద్దిజెప్పెడువారు సుతులుగూర్వ

మూడుముక్కలపేకాట గోడిపందె
ములను జూదంపుబల్లలతులువలెల్ల
గూడి పలుమారు పోటాడు గొప్పగోఁ
యఁముకొనిమిన్ను వగిలించునవనునందు.

గీ|| గొప్పవారని బలె దుస్తులొప్ప బచ్చె
కాండ్రు దేబెల వెనువెంట గ్రాలుచుండ
ననుపుకత్తైలువరలుఁచోట్లను బొజుఁగు
లరసి తిరుగాడి కోరినయట్టివాని
నంత నిప్పించి కులికించ జాలిరెలమి.

గీ|| కనికరముగల్గి నాజూకుగల్గి చదువు
గల్గి విన్నాణమొకయింత గల్గి మంచి
చెడ్డలరసెడి తెల్వికొంచియముగల్గి
నట్టివాఁడొక్కఁడును కొల్వునందులేడు

అప్పు డుగ్రిసేను డందరు చిన్నపె
ద్దలును బందుగులును బలసికొలువ
దుగ్గికడకువచ్చి తోరంపుబత్తిపై
నిండుజోత సల్పి నెయ్యమలర.

తెచ్చిననగలు స్వాలువలు
మెచ్చుగొలుపు పూలచెండ్లు మేలగుపండ్లన్
జెచ్చెరనిడి టెంకాయలు
విచ్చలవిడి బగులగొట్టి వేడ్కొనినంతన్.

పకుడుమీరు వేల్పువేల్పైనట్టి
కరివేల్పునకునెందు గలదెకీడు
మోపిన ఇట్టితప్పునుమాపు
కొన నెంచిమానికంబునకుగాను
తోడ వింజపుసారంగములోన
నని సేయుచున్న వా డతనిగొల్చి
ఖ నలజాంబవతి వన్నియలమిన్న
నతనిచేగొని మేల్మియరదమెక్కి

రాగలడుమీకు గనుపండునీగలందు
కొలదిరోజులలోనని కూర్మిమీర
నందరువినంగ మోవుల నబ్రిమును బ
సందుచిందులుద్రొక్కంగ సత్తిపలికి.

ములదున్న పోతులను గొళ్లనుమేకల నాడుచెంగటన్
గారి మ్రింగుటలు నాయమటంచును మిత్తినోటిగ

త్తరవిడిపించవచ్చు[illegible]పంపు ముదింబడి మొఱ్ఱికఱిరీతిగా
నారగెనుమేనుఁ న్ని[illegible]ని యొక్క[illegible]ంపునజూచుటొప్పగున్

గీ॥ అంత గట్టినేస్థ యనుగు జట్టాలు[illegible]
చ్చాలులు నాంద్రు [illegible]నుపుచేడియలును
తప్పినంద్రు ఱన్న దిఃఖ్ఖలు గొడుకులు
మనుమ[illegible] దూష్టి [illegible]టనమ్మ.

కం॥ అదె[illegible]చ్చు[illegible]ంని
యిదె [illegible]ను వచ్చు[illegible]ంచు సింపుదొలంకన్
జదురుఁ తో [illegible]తో
[illegible]వంతదో[illegible]గియుం[illegible] [illegible]దురుంగనుచున్.

కం॥ అట నట్టె[illegible]దో[illegible] లో
దిటవంతాం[illegible] [illegible] [illegible]తెలిసి [illegible]మున్
గటకట[illegible] [illegible]ని బో
ల్పుట కె[illegible]ంచు [illegible]చూపులతో[illegible]న్.

ఉ॥ ముక్కునవ్రేలుబెట్టు[illegible]ని మూమూన[illegible]పురారిపొంగగ
బక్కపామువు[illegible]క్క వారి[illegible]కి బల్లి [illegible]నే గదే
మొఱ్ఱిక్కతివచ్చెలో[illegible]గాన్[illegible]ంచటన్
జొక్కపుజో[illegible]సల్వ [illegible] [illegible]క్క యటండును [illegible]త్రిన్

గీ॥ తిరిగి తిరిగి [illegible] [illegible]గి [illegible]మ్రొ[illegible]వెంద్రు [illegible]
తప్పు నైపు[illegible] [illegible]డియె
[illegible] బట్టు[illegible]ప్ప [illegible]ంబుతో[illegible]
క్లౌసుగాదె [illegible]ట్టి [illegible]సులు.

దండకము

ఆవెన్క నా యెల్గు గాయుండు పెన్ బత్తి నింపార నా
ప్పూలన్ సైచినన్ గూర్మి మై జూచి పోవంగదే తొల్లి
గాముండవై చెడ్డ రాకాసులం దున్మగా బుట్టి యాద్దిమ్ముశున్
వెంటరా గోనలో జొచ్చి మారీచుడన్ మోసపున్ సోకు
ంగారపున్ లేడియై వచ్చినన్ వాని గూల్పంగ వెన్వెంట
వేగ నా పెద్ద రాకాసి వస్నిడు మాయమ్మ సీతమ్మ యున్నట్టి
నేగి కొంపోవగా నెల్లెడన్ జూడవే ఋష్యమూకంబునన్
కవే వేల్పురా పట్టినిన్ గూల్పవే పొద్దుచూలిన్ దగన్
ల్పవే యెంగిలిన్ దల్పకే పండులన్ మెక్కవే మమ్ము మా
రలన్ గోతులన్ గోతిఱేండ్లన్ బిరాన్ బారగా బిల్చి మై
వి మాతల్లి యున్నట్టి పట్టున్ వడిన్ జూచి రండంచు
మ్మంపవే చెట్టునున్ దుట్టయున్ బుట్టయున్ గుట్టయున్
ట్టియున్ బల్లిమున్ వాగునున్ వంతయున్ బల్లెయం
వెంచకే మేనుగావింప నం దెందు గన్పింపకే పోకగా గాలి
పూలేగి లంకన్ వడిన్ జొచ్చి యన్నేలకొన్పుం గడం గాంచి
ంతోసముం జెంది నీ వ్రేలియుంగ్రింబు జూపించి నమ్మించి
యొద్దకున్ వచ్చినన్ వాని నోరారమన్నించి యుప్పొంగవే
మందరం గూడి సంద్రింబు దాయంగ నేతెంచి యన్నల
డ్డాణమున్ యంచు బొట్టుం బలెన్ గోలపై నుండగా జేయవే
మ్మటన్ గట్లు దెప్పించి మున్నీటికిన్ వంతెనన్ గట్టి
మూకయున్ నీవు తోల్వేల్పు కానాచియూ లంకనున్
యి యందొక్కనిన్ మంచివాడంచు జేపట్టి యందున్న రే
ద్రిమ్మరిం డద్రింపరన్ దున్మి యా రావణున్ గూల్చినన్ వేల్పు

త్తరపడిడిపించవచ్చునాతివందు బుడింబడి మ్రొక్కులరితెగా
నారగెనుమేనుల్లని చీని యొక్క సేలంపువజూచుటొప్పగు

గీ॥ అంత గట్టినెస్టి యనుగ జట్టాలు నె
చ్చెలులు నాందుప్రి యనువు చేడియలును
తల్లిదండ్రు లన్నదమ్ములు గొడుకులు
మనుమలెల్ల దుష్టి మాటనమ్మ.

కం॥ అదెవచ్చెనుపెన్నంటని
యిదె వచ్చెను వచ్చునంచు సింపుదొలంచెన్
జదురులతో [illegible]తో
నెవవంతదొలగియుండ వెదురుంగనుచున్.

కం॥ అట నిట్టల్లందొర లో
దిటవంతయా చూడ్ [illegible] తెలిసి [illegible]చున్
గటకటయని [illegible]ని బో
ల్పుట కె[illegible]చు [illegible]చూపులతో[illegible]న్.

ఉ॥ ముక్కునవ్రేలు బెట్టుకొని మూతియు నవ్వుచు ప్రాంచిపో[illegible]
బక్కలవును మాయి[illegible] దొరపాలికి బత్తి వట్టన[illegible]
మొక్కలి వచ్చెలో[illegible] పరెవు[illegible]గగాన్ప[illegible]ట
జొక్కపుబోరసల్ప[illegible]జొక్క యటండును [illegible]

గీ॥ తిరిగి తిరిగి నే యొసగి సమ్మదమెల్ల[illegible]
తప్పు నైష్ణ[illegible] నీడియె
తలప బాటు[illegible]తో[illegible]
ల్లాసుగాదె యుట్టు మానసులకు.

దండకము

వెన్క నా యెల్గురాయుండు పెన్‌బత్తి నింపార నా
నై చినన్ గూర్మి మైజూచి బోధింపంగదే తల్లి
నైవై చెడ్డరాకాసులం దున్మగా బుట్టి యాడ్డిమున్మడున్
గోనలో జొచ్చి మారీచుడన్ మోసపున్ సోకు
ప్రన్ లేడియై వచ్చినన్ వాని గూల్పంగ వెన్వెంట
పెద్దరాకాసి వస్సిడు మాయమ్మ సీతమ్మ యున్నట్టి
కొంపోవగా నెల్లెడన్ జూడవే ఋష్యమూకంబునన్
ల్పు రాపట్టనిన్ గూల్పవే పొద్దుచూలిన్ దగన్
యెంగిలిన్ దల్పకే పండులన్ మెక్కవే మమ్ము మా
గోతులన్ గోతితేంట్లన్ బిరెన్‌బారగా బిల్చి మై
మా తల్లి యున్నట్టి పట్టున్ వడిన్ జూచి రంగంచు
పవే చెట్టునున్ దుట్టయున్ బుట్టయున్ గుట్టయున్
న్ బల్లియున్ వాగునున్ వంతయున్ బల్లెయం
మేనుగా వింప నం దెందు గన్పింపకే పోవగా గాలి
లంకన్ వడిన్ జొచ్చి యన్నేలకొన్నుం గడం గాంచి
ముం జెంది నీవ్రేలియుంగ్రంబు జూపించి నమ్మించి
కున్ వచ్చినన్ వాని నోరారమన్నించి యుప్పొంగవే
ం గూడి సందర్భంబు డాయంగ నేతెంచి యన్నేల
మున్ యంచు బొట్టుంబలెన్ గోలపై నుంచగా జేయవే
న్ గట్లు దెప్పించి మున్నీటికిన్ వంతెనన్ గట్టి
యున్ నీవు తోల్వేల్పు కానాచియా లంకకున్
యందొక్కనిన్ మంచివాడంచు జేపట్టి యందున్న రే
ండ్రింపరన్ దున్మి యారావణున్ గూల్చినన్ వేల్పు

త్తరవిడిపించవచ్చునటిదండు బుఖింబడి మ్రొక్కురీతిగా
నొరగెనుమేనులన్నిటిని యొక్కతలంపునజూచుటొప్పగున్

గీ॥ అంత గజ్జైనేస్త్రీ యనుగు జట్టాలునె
చ్చెలులు నాండ్రు ననుపుచేడియలును
తల్లిదండ్రు లన్నదమ్ములు గొడుకులు
మనుమలెల్ల దుగ్గి మాటనమ్మి.

కం॥ అదెవచ్చునువెన్నుండని
యిదె వచ్చెను వన్నుడంచు నింపుదొలంకన్
జదురులతో బెరిమలతో
నెదవంతదొలంగియుండి రెదురుంగనుచున్.

కం॥ అట నట్టెల్లుందొర లో
దిటమంతయుఁ దూలి తన్నెఱిరి తెలిసి కడున్
గటకటపడి యీతని బో
ల్చుట కెఱిడంచు బెదరుచూపులతోడన్.

ఉ॥ ముక్కునవ్రేలుబెట్టుకొని మోమునవచ్చెరువూరిపొంగగా
బక్కివాలుమాయినెక్కు దొరపాలికి బత్తి దలిర్పనే గిదే
మ్రొక్కితివప్పలోక్చకరముల్ బిరెమారగగావుమంచటన్
జొక్కపుజోతసల్ప నెదజొక్కి యతండును లేవనెత్తినన్.

గీ॥ తిరిగి తిరిగి నేల యొరగి పల్మరు మ్రొక్కి
తప్పు సైపుననుచు దండమిడియె
తలప బంటుతప్పు దండంబుతోడ జె
ల్లొనుగాదె యెట్టి మానిసులకు

దండకము

ఆవెన్క నా యెల్లుగాయుండు పెన్ బత్తి నింపార నా తప్పులన్ సైచినన్ గూర్మిమై జూచి బ్రోవంగదే తొల్లి రాముండవై చెడ్డరాకాసులం దున్మగా బుట్టి యాతమ్ముడున్ వెంటరా గోనలో జొచ్చి మారీచుడన్ మోసపున్ సోకు బంగారపున్ లేడియై వచ్చినన్ వాని గూల్పంగ వెన్వెంట నీవేగ నా పెద్దరాకాసి వస్సీడు మాయమ్మ సీతమ్మ యున్నట్టి చోటేగి కొంపోవగా నెల్లెడన్ జూడవే ఋష్యమూకంబునన్ జేరవే వేల్పురాపట్టినిన్ గూల్పవే ప్రొద్దుచూలిన్ గన్ నిల్పవే యెంగిలిన్ దల్పకే పండులన్ మెక్కవే మమ్ము వా వారలన్ గోతులన్ గోతితేంట్లన్ బిరాన్ బారగా బిల్చి మై దువ్వి మీతల్లి యున్నట్టి పట్టున్ వడిన్ జూచి రంకించు మమ్మంపవే చెట్టునున్ దుట్టయున్ బుట్టయున్ గుట్టయున్ మిట్టయున్ బల్లిమున్ వాగునున్ వంతయున్ బల్లెయం చెంచకే మేనుగావింప నందెందు గన్పింపకే పోవగా గాలి చూలేగి లంకన్ వడిన్ జొచ్చి యన్నెలకొన్నుం గడుం గాంచి సంతోసముం జెంది నీ వ్రేలియుంగ్రంబు జూపించి నమ్మించి నీ యొద్దకున్ వచ్చినన్ వాసి కోరారమన్నించి యుప్పొంగవే యందరం గూడి సంద్రంబు డాయంగ నేతెంచి యస్త్రాల వడ్డాణమున్ యంచు బొట్టుంబలెన్ గోలపై నుంచగా జేయవే పిమ్మటన్ గట్లు దెప్పించి మున్నీటికిన్ సంతెనన్ గట్టి నీమూకయున్ నీవు తోల్వేల్పు కానాచియా లంకకున్ బోయి యందొక్కనిన్ మంచివాడంచు జేపట్టి యందున్న రే ఱిమ్మరిండ్రింపరన్ దున్మి యా రావణున్ గూల్చినన్ వేల్పు

లెల్లన్ గడున్ మెచ్చి నిన్నాడరే యచ్చరల్ మెచ్చుగాన్పింపగా నాడరే యంత యిల్లాలితోఁగూడి సాకేతముంజేరి మమ్మం దరన్ రోజు కొక్కొక్కరీతిన్ నగల్బట్టలున్ నోటి కింపైన బోనంబు వెట్టించి మన్నింపవే యెన్ని యో యేండ్లు రారాజువై నేల గాపాడవే నీయనంబోలగాగల్గు వారెవ్వ రయ్యాజగం బెల్ల బుట్టించు మెట్టించు గిట్టించు లోని స్వేలింగల్గి వేరుంగొసన్ లేక యొందెందు గన్గొన్న సందింతయుం బోక యేనుంగులో జీమలో నొక్క రూపైవెలుంగొందు దీవేకనయ్యా ననుం గూర్మి జూడంగ నేతెంచుటల్ గాని లేకున్న వాడేడ నీవేడ యీతప్పు మీమీద మోపెట్టుటల్ గాంచగా నబ్బురంబౌను గాదే నినుం బోల్పగాలేక నేనన్న యామైకపుం బల్కులన్. బాటిగాసెంచకయ్యా వడిన్ నీపయిన్ వేయు రాల్ జెట్లు నమ్ముల్ ఏరుల్ బత్తిరింబ్రాలువోలెన్ మదిన్ జూడ నయ్యా నిచున్ సుంతముందే కనుంగొన్న చో యెట్లు గారాబ మున్ జేతునో యెంత కూర్మిన్ గనుంగొందునో యెంతగా బత్తిజూపింతునో దానికిన్ మారుగా యిట్లు బల్ దెబ్బలం గొట్టితిం నేనుజెన్నుంటన్నైనన్ మదిం గల్లయున్ నిక్కమున్ మంచియున్ జెడ్డయున్ గాంచగాలేవె నీవే తమిన్ బ్రోవవే కావవే నన్నెలుంగంచు కొంచెంబుగా జూచినన్ నాకు నీకంటె నింకొండు దిక్కేది యంచాడినన్ దన్ను గొండాడినన్ వేడుకం బాడినన్.

క॥ చిరునవుగలమొగమును గని
కరమును సింగారమొల్కు గన్నులతో ద
గ్గర దీసి మై నివిరి య
క్కరిగొల్లడు వెరువకు మని గారవమెసగన్.

క॥ నీమదిగలబత్తి ననున్
మైమరపొందించె వేయిమాటలికేలా
రాముడగునాడు జేసిన
నీమేల్మరువంగ నౌనె నే నెన్నటికిన్.

క॥ ఈయెడ సల్పినకయ్యము
మాయెడలన్ వియ్యమయ్యె మదిగుందకు మో
హా యెలుగుఱేడ కోరుము
నీయిచ్ఛలొసంగువాడను నిక్కంబిపుడే.

గీ॥ అనిన జాంబవంతు డంతింతయనరాని
సంతసంబుజెంది జాంబవతిని
దెచ్చి కాన్కనిచ్చె దేవేరిగాగ నా
పట్టి మేల్గొనాలపుట్టయనుచు.

క॥ ఇచ్చినకన్నియచెల్వం
బచ్చెరువెసగింప నెలమి నతడుంగొనగా
జెచ్చెర చుట్టల బెండ్లికి
విచ్చేయం జాంబవుండు బిల్వంబంచెన్.

గీ॥ కాంతుఱ్ఱి కాంతుఱ్ఱి మటంచును గల్లటించు
గురగుర మటంచు గీయంచు గోయటంచు

కీయటంచును జుట్టాలు నేయమున్న
వారువిచ్చేసిరా పెండ్లివారిగాంచ.

క॥ వచ్చిన చుట్టల కితవుల
కిచ్చున్ మరియాదసల్పి యిచ్చినకాన్కల్
బుచ్చుకొని సేమ మారసి
గ్రచ్చుఱ సందరికి విందుగావించునెచెన్.

సీ॥ గోరియల మేకల యెరచి తిండికినంజు
లుప్పుకుందెటిపిల్ల లోకవరుసకు
నాబోతునంజుడు కాముటేనుగు తల
నుండెడి మెదడుకూరొక్కబంతి
కెలమి గావించు ముస్తలబోనమునుజొన్న
చెరకుపానక మొక్కదరిమగలకు
లేరావియాకు రాలినవెల్లపండ్లును
మొలవపచ్చికనుయొక్క బలగమునకు

నాడెమగుపచ్చి మొక్కజొన్నలును బీత
లొక్క కోలముకు బుట్నాలు చక్కనైన
పండ్లు నొకబారువారి కవ్వారిగాగ
వడ్డన మొనర్చె బళిర వహ్వాయనంగ.

క॥ తనకొలపువారినందర
జనువునగూర్చుండబెట్టి జలజలయను బు
వ్వనుగూర్చి పుడక తేనియ
లనుదప్పిందీర్చి విడెములను దానిచ్చెన్.

గీ॥ అంతవింజంపుటడవిలో నమరుచుండు
తబిసితేండ్లెల్లవచ్చి యంతయును మెచ్చి
యెలుగుమన్నీడుబత్తి మన్నింపనలరి
యింపుమీరంగ బెండ్లిగావించునెడల.

క॥ పచ్చలతోరణగట్టిరి
హెచ్చైతగుపెండ్లిపీట లేర్పరచిరి హొం
బచ్చడములుదాల్పించిరి
యిచ్చిరికపురంపు విడెము లిరువురికి దగఁ.

క॥ అల్లుడనియడుగుదమ్ముల
నల్లనబట్టుకొని కడిగి యానీరుతలం
జల్లుకొనె నాతడీసుం
వెల్లెడలఁ గోర్కెసేయు నింతియకాదే.

క॥ కన్నియనుదారవోసెను
జెన్నటులంజెందునట్టి జెట్టికి జగముల్
మన్నించునందుపట్టికి
నెన్నంగా వాని పున్నె మేమనవచ్చుఁ.

క॥ అత్తలిరుంబోడియు దెలి
ముత్తెంభులుదోయిలించి మొనసిమగనికిఁ
నెత్తిపయినుంచె నతడుఁ
బుత్తడిరతనాలతాళి బోలతికిగట్టెఁ.

గీ॥ ఇట్లు పెండ్లిగావించి యింపుమీర
నాముటేన్గుల నడగల నరదములను

బసిడిసొమ్ము [illegible]
బెరిమమ్మైని [illegible] యు [illegible] ని, [illegible]

ఉ॥ ఏమిరయేలు [illegible] దీముగు [illegible]
బొ్రిమినవేశ్యనైన బనిసా [illegible]
నేమరిపాటున న్నిమ [illegible] ని [illegible] సి
వేమెయిజా [illegible] కొ్రివ్వ [illegible] సి [illegible] న్.

ఉ॥ ఈయొలనా [illegible] తు [illegible]
చాయలుబల్కినన్ [illegible]
గోయగగంది దానొ [illegible] గున్ [illegible]
పోయగమొంచి [illegible].

చం॥ అని తనకూతుతో [illegible] సీ [illegible] న్
గినియను మొ [illegible] మెం [illegible]
జనువుగలాడుగా [illegible]
దునతనిలుచ్చ [illegible] న్ [illegible] గా [illegible] న్.

కం॥ అ [illegible] మూ [illegible]
నె [illegible] యున్ [illegible]
[illegible] ము [illegible]
నె త్తరివచ్చినను [illegible].

సీ॥ బంటుల దో [illegible] బంచి [illegible]
బెరిన [illegible]
సీతోడికోడంటి సీసంటి [illegible] త్రి
రోదబుట్టు [illegible] త్రి

బసిడిసొమ్ములవేనవేల్బానిసెలను
బెరిమమైనిచ్చు యల్లుని, బిడ్డను గని.

ఉ॥ ఏమియెఱుంగదీముగుదయెంతయు గోలఁ గూఁతిచూ చేఁక
బ్రాిమినవేక్కన్నైన బనిపాటల నెన్నఁడు సేయలేదు నే
నేమరిపాటున న్నిముఁచమెచ్చుట నిచ్చిన బెంగగొంచు సీ
వేమెయిజూతొ కొ్రివ్వరికి నీపాటికిఁ సరిరామెన్నిఁ గీరు దఁ.

ఉ॥ ఈమెఁ నాగృప్తి సచతురీరసమాడిన సఖ్యకయ్య చూ
చాయలుబల్కినఁ చెలియజాలని చేలగవయ్య ప్రల్వేఁక
గోయగగంది దానొసపగుఁ గయిదోఁచుగు ...
సోయగమెంచి విద్దెచదిజూపి యొసంగగకయ్య ....

చం॥ అని తనకూతుతోడ వినుచుమ్మరొ సీమగ చక్కఁగ్గఁ
గినియకు మోర్మమైబలికి కిన్కమరల్పుము గా...సు
జనువుగలాడుగా సయిచజాలినవట్టుసుమాట...
దునతనిచ్చుచ్చుఁ దెలిసితోరముగాసమసహాస్యమున్నిరుఁ.

కం॥ అత్తలమామల యానల
నెత్తిపయిఁ దాల్చిబత్తి నెనవేరుచుమీ
పెత్తనము గల్గువారలు
నెత్తరివచ్చినను దెలిసి యెరగుము వత్సా.

సీ॥ బంటుల వొత్తుల బంచజేరినవారి
బెరిసుబిడ్డలబోలె నరయుమమ్మ
నీతోడికోడండ్రి నీసవతుల గూర్మి
తోడబుట్టువుల ట్లు జూడుమమ్మ

బావల మరుదుల బంధులనొజ్జల
మరియాదతోఁ జూచి మసలుమమ్మ
మగనితోఁ బరివేల్పు మరియొండులేదని
తిరముగా నెదలోన దెలియుమమ్మ

పుట్టినింటికి మరియునీ మెట్టినింటి
కెట్టి చెడుపేరు నెందు రాబట్టకమ్మ
దిట్టవై గట్టియసము జేపట్టుమమ్మ
యత్తవారింటికేగి రావమ్మ అమ్మ.

చం॥ అనితనబిడ్డకుం గరవటన్నియునేరిపి యల్లునింటికిన్
బనుపునెడన్ బొలంతి తెలివాలుకనుంగవ వెంటనీరుజా
ల్గొని వరదై పిరానజనుగొండలు దాటుచునుంగ నెల్లుచే
డుచు మదితాలిమిన్ విడి కడున్ వగపుంగొని కంటనీరిడెన్.

కం॥ అడవులనుండెడి మెగమును
గడుపున గనుకూతు నత్తగారింటికి బం
పెడునెడల గనులనీరిడి
బుడమింగల. గేస్తు లడలు బొందుట లరుదే.

మ॥ చెలులున్ జుట్టలుదోడబుట్టువులు నాచెంగల్వపూబంతి కిం
తులమేల్బంతికిసొమ్ములున్ వలువలున్ దోరంబుగానిచ్చిలో
గలకందీరిచి తేరుమీది కపుడెక్కంజేయగా వెన్నుడ
వ్వాలదిన్ దోడ్కొనిద్వారకావతికిడావేంచేసెనుప్పొంగుచున్

ఉ॥ ముప్పదిరెండు చప్పుడులు భోరునగ్రేవ జెలంగగా నొగిన్
గుప్పలుగాగ నేనుగులు గుఱ్ఱములున్ బనివాండ్రువెంటరా.

మెప్పులుగుల్కపారుమనుకొల్లన [illegible]దోలుచుండగా
నప్పుడుజూచ్చెపోరిలు తాయాలుమ[illegible] [illegible]లు నేలనన్.

కం॥ వచ్చినవెన్ను నిప్పై [illegible]
ముచ్చటలూరంగి పోరిలిమున్నియ[illegible]
విచ్చేవిషి విరిజము [illegible]
య్యచ్చకలో యాగ గుణిసి [illegible]న్.

గీ॥ చచ్చిమరల బ్రిలి[illegible] పచ్చి[illegible]
చెండ్లియాడి [illegible]చుప్పపెంపుసొంపు
సిన్ని నాళ్లనుండి యెవబాపుచేరి రేని
జూచిరతని వీటిబోటు[illegible]

చ॥ వెలదుకగూడి కృష్ణుడటు వేడుకమీరగ [illegible]చ్చు చుండగా
కలికియొకర్తు కొంబసిపి [illegible] జక్క[illegible] సత్తరం
బలవడ వాకిటన్నిలిచి యాతసియుండము [illegible]గాన
క్కలువలకంటిమేను చనుకట్టు [illegible] సత్తరిన్.

ఉ॥ అన్నెరనీటుకాని గనునాస నో[illegible]
బన్నుగదాల్చి నిల్చె యువెసాముసు [illegible] నే
నెన్నడునోంగ్లజూచుటనుసిచ్చ యొ[illegible] య్యెయో
వెన్నుడ! యంచు దెల్పుటు వేగిర[illegible] సిం[illegible]న్.

ఉ॥ సోరణగంగ్ల రాకోలవు జోటులుగి[illegible]
న్నారగవానిచెల్వ గనునప్పు[illegible] ముస్న[illegible]
జేరగబిల్చియయ్యెడను [illegible]
హ్వారెయటంచు దోడిచెలు[illegible] దన్ను[illegible]న్.

చం॥ పొలతుకలెల్లజూడ విరిబోడియొకర్తుక తానువచ్చి చె
ల్వలగనిదైనవానిచెలువుం గనుపండువుగాగ జూచి లో
నలరి నెలంతలందరిటు లందిరిసంతస మంచునీరసం
బలవడజూచె జాంబవతి కారయగా నెటులుండెనో మదిన్.

చం॥ బుడుతను చంకనుంచుకొనిపొల్పుగనోర్తుకవానిసోయగం
బుడుగక చూడజూడ జెయువుల్ డిగిపోయి వడంకుపుట్ట న
బ్బుడుతడు జారిక్రిందబడిపోయిన నింతయెఱుంగబోదు వె
న్నుడచటువాసిపోయినగనుంగొని యెన్నిసు వేద్పుచుండుటల్

మ॥ వలతీవల్ కిటికీలు సందు లనువౌవాకిళ్లు సావళ్లు గొం
దులుతల్పోవరలు దిడ్డికంతలును వెన్నుంగాంచగానుంచుమో
ములతోగన్నులతోడనిండి యవిసొంపుంజెందె నెత్తమ్మిపూ
వులతో జేపలతో జెలంగు పడియల్ వోలెన్ గనుంబండువై.

గీ॥ తమ్మికంటియంత దనవాడకరుదెంచ
తల్లి,తండ్రి, తండ్రితండ్రి యన్న
దమ్ములుంగొడుకులు నెమ్మిమైనెదురేగు
దెంచి కాంచి కౌగిలించి మించి.

క॥ మ్రొక్కులిడి మ్రొక్కులంగొని
పెక్కువితంబులను చిన్నపెద్ద లతనిపై
మక్కువలుగురిసియింటికి
గ్రిక్కునగొనిపోవ నూడిగపుబోంట్లంతన్.

గీ॥ మేల్మిముక్కాలిపీట లమ్మేటికి నెవ్వ
లందికిన్ దెచ్చివైచి పసందుమీద

వలపుపన్నీట నడుగుల పసిడిపళ్లె
రముల నిడి కడ్గి తడి వలిపెములనొత్తి.

గీ॥ గిలుకుబంగారు పట్టుపావలను దెచ్చి
తొడుగఁగాఁజేసి యాజంపతులనులోని
పసరుజేర్చిన నచ్చోటిమగువలెల్ల
నతసిగనివిపొంగి కపురంపుటారతిచ్చి.

గీ॥ అయిదువకములయోగిరా లప్పడింపు
నింపగాబెట్టి మేలికప్రింపు విడెము
లిచ్చిసంతోసమున బవళించు వెనుక
నడుగులొత్తుచు నడిగిరా గొడవలెల్ల.

గీ॥ అచటజరిగినకతలెల్ల నన్నువలకు
తెలియగాజెప్పి సంతోస మలవరించి
జాంబవతి సెజ్జనారేయి జరిపెనొక్క
చిటికెసేపట్లు కొ్రింబొత్తి చెలిమియట్ల.

క॥ అని శౌనకుండు మొసలై
తనరు నిరాబారులకు గతల్ సెప్పెడియా
వెసుపోరిక దెల్ప నావల
వినవలతుము చెప్పుమంచు వేడుకొనుటయున్.

క॥ పన్నుందింటివిగా ని
న్నన్నెగొట్టెదను తెరువు నోరనియన లో
నున్న జగంబులు తల్లికి
గ్రన్నన జూపించు నేర్పుగల్గిన వలతీ.

వీనుఁ నిక్కపట్టి యడవిన్ మొసవు ల్వీనుచుండ గొల్లత
ల్మేనులు సైతము స్మఱచి లెస్సఁగనున్గొన నెందుమోడు లే
పాఁ ననకారువందుబలె నక్షనమొగ్గిన బిల్లగ్రోవిచే
బూసి జగంబుఁన్ని వలపుల్ గొనబాడిన గట్ట్రనేర్పరీ.

తోటకవృత్తము.

అల రక్కసిపోడుల కందరికిన్
జలముంచక నిచ్చుట జాఁసుకం
బులుగూరిచి యావల బున్నెపుచో
టలవర్చిన మేటరివైనదొరా!

క॥ గొనములఁ కిమ్మగు జంగా
హానుమయ గావించినట్టి యచ్చ తెనుగునం
గొన్నబైన సత్ర్యపెంప్లిన్
దనరెడి తిగగుత్రిక్క ఝది యనం బొలుపారున్.

చతుర్థాశ్వాసము

క॥ సుడివాలుఁ వలమురియుఁ
గుడియెడమల దాల్చువాడ కూళలసూడా
పుడమియు సిరిగల ఱేడా
కడుసాదుల గనికరమున గాంచెడు ప్రోడా.

గీ॥ చిత్తగింపుము జడదార్ల మొత్తమునకు
సూతుడిట్లని చెప్పె దర్వాథికతను
వెన్నుడటబవ్వళించిన వేకువతరి
మేలుకొల్పుల వార లమ్మేడజేరి.

మ॥ నినుగన్నారగగాంచిమ్రొక్కులిడియెంతే దెచ్చియున్నట్టిక్రొ
న్నన సెత్తావులనప్పగించుటకు నున్నాడిందునీసన్న చ
ల్లనిగాలిఁ మరియాదజేయదగుజాలఁ బత్తిమైచేరివే
డినవారికిఁ గనిసాకుటల్ దగవుతండ్రీమేలుకొమ్మా దొరా.

ఉ॥ కొక్కొరకోయటంచుదొలికోడియు రెండవకోడిగూసె బెన్
జుక్కయుజుట్టపక్కములజూడనన న్మినుబ్రాకె సెంతయున్
జక్కగదూరుపఁ జెలియ సబ్బున మైజికిలీ యొనర్ప గెం
పెక్కుడు కావికల్వలపయిఁ దమయేత్తెరజూపు చేతులఁ
మక్కువ వేవెలుంగుపలుమారునుజూచెడుజూడుమయ్యరో.

మ॥ అలసత్రాజితుడించుకేనియును నాయంబెంచకే నీవదాం
గిలినావంచు దొడంగి చెప్పవినమాకే సిగ్గుచిట్టాడగా
తలవంపుల్ సమకూరె నచ్చెనటిపంచన్ మానికంబిచ్చి యా
వలనెంతే దెగనాడగావలయు నప్పా లేచిరారా దొరా.

చం॥ అనియిటు మేలిపాటలను నాతని మేల్కొలుపంగ, లేచిచ
య్యన తరిచెయ్వులన్ సలిపిహాసుజెలంగగ గొల్వులోనికిం
జని తన ప్రోలిపెద్దలను జాలినవారల బిల్వబంచి ని
ఘున్నితొలుచూలుబిల్చియిదెకొమ్మనిమానికమిచ్చి వెండియున్

క॥ తనకది దొరికినచందం
బును జాంబవుతోడి గయ్యమున్ జాంబవతిన్
గొని తెచ్చుట వినుపించిన
విని సత్రాజిత్తుమోము వెలవెలబారెన్.

క॥ ఎల్లర మనిచెడుదొర ని
ట్లల్లరి వితగానొనర్చె నకటా యిక నీ
కల్లరి మోమున్ జూడన్
జెల్లదు వోయనిరి యచటి చిన్నలు బెద్దల్.

క॥ తగదిది సత్రాజిత్తున
కగు దోసంబనుచు నొవ్వనాడనివారల్
మగటిమియున్ గొనములు నొ
ప్పగు వెన్నుని కననివార లచటన్ గలరే.

॥ ఎరుగక నిన్ను దబ్బరలాడినాడ నా
నేరంబులన్ని మన్నింపవయ్య

నిన్నొక్క కూడిప్టగా నెన్నితి గాని ము
న్నింతవా[illegible]టాచు [illegible]
నాయంత నేనె చెన్ను[illegible]ంచు [illegible]
కానచేసిన బొగ[illegible] గొ[illegible]
తరమెవ్వరికిగాని నెరకష్ట మొ[illegible]
మూనిన[illegible]న్మని [illegible]

నేను సికేమి [illegible] ము
నాయనుగ ముద్దుసూచి [illegible]
వదిగలిగె వాని [illegible]
లొల్లుడేప్పు గా[illegible]యుక్క [illegible]

క॥ అని యమున[illegible]ల [illegible]
విని గని [illegible]
గను లేవనెత్తి [illegible]
త్రైనయుండ్ బె[illegible] [illegible].

గీ॥ దబ్బబో ప్రభా[illegible] [illegible]లు [illegible]
నోరు సనటరచక [illegible]
దెలివిగల్లవాడు [illegible]
నాదిగియుండ [illegible].

చం॥ వెరచి యొసంగ [illegible]సియనుంగు
గూతురునిది చెప్పన యక్రవేత్తో[illegible] నా[illegible] మానుమే
వెరపును లేదునా[illegible] [illegible]సిమ్మసం
బరమున బెంగ్లియాడి [illegible] [illegible]జేసెదన్.

కం॥ అనవుడు సత్రాజిత్తుం
డెనగావని సంతసమున నినుమడియై నీ
గొనములు పొబగునకుఁ బెం
పొనగూర్చెడి నీకుసాటి యొరుడొకడున్నే.

కం॥ నాకన్నియకుఁ దగు దీ
వాకన్నియ నీకచెల్లు నారసిచూడఁ
నాకొలము వన్నెకెక్కుఁ
నీకన్నఁ మంచియల్లునిఁ దేగలనే.

మ॥ నినుగొండాడినసుబ్బు నీగొనములెంతేమెచ్చునీసోయగం
బునుబల్ రంగుల వ్రాయునెచ్చెలులతప్పల్ దిద్దికన్నారగాం
చును మైచెమ్మటగ్రిమ్మగాగయితగూర్చుఁ నీకతల్ వేమరుఁ
నినుబాడుఁగదనాదుపట్టిగడుతేనెల్ జిల్కజంత్రింబులఁ.

కం॥ కావుననీకుఁ గూర్చెద
నావలనఁగల్గె తప్పునానఁ నాకై
సేవడసిలి మన్నింపుము
దేవేరిఁ జేసికొనగదే నాఘాతుఁ.

చం॥ అనవుడు గృష్ణుడియ్యకొనె నౌనని రందరుబందుగుల్ సెబా
సనిరియనుంగునేస్తులహాహాయని పల్కిరి తోడివార లిం
తనియనరాని సంతసమునందిరి పిన్నలు పెద్దలెల్ల వ
ల్దనియెడు వారలుం గలరె యన్నులమిన్నతనంతయచ్చినఁ.

కం॥ అత్తరి బెద్దలయానతి
జిత్తరువులు వ్రాయువారు జిన్నెలు వన్నెల్

క్రొత్తగ దీర్చెడివారల
మొత్తము లూరెల్ల గలయ మూగిరి యంతన్.

సీ॥ పసరిక్క జూచిన నిసుమంత యోర్వక
పెండ్లికి పందిళ్లు బెట్టువారు
నెచ్చోట బొడగన్న నొచ్చు ముచ్చట లుంట
పలురంగు లెలమిమై బ్రాయువారు
నేయింట జూచిన నింపుగ వాకిండ్ల
దీపగ చిత్రాస్వ దిప్పువారు
నేజాడ నెంచిన పేజాను గోపల
నిల్వుటద్దంబుల నిల్పువారు

నెందు గనుగొన్న రత్నంపు సందు లేక
తీరు తీరు చెరంగులు గాంగువారు
గలుగు నావోరిలు గనువారి గ ప్రకాశ-
జెలువముల కెల్ల బుట్టిన నెలవనంగ

సీ॥ పండువెన్నెలకు ముబ్బడైనట్టి [illegible] లగి యు
చ్చెసప్రలూరిగారి ... పుకళ్వ
లెనలేని ఘుమమావి గొనుబలాపాసు తీరు
బాటించు పుష్ప ... లు
నెన్నియో రీతుల నె ... చ్చి గల్కు
సోగసుపూరతప్పులె ... సులు
వేయు రేకులతమ్మి వేసబం బరగింప
జాలు సొంపైన ముత్యాల ముగ్గు

లమరు వాకిండ్ల నవటికంబములు వలపు
మించు గందంపు పన్నీటి సాంచమేలి
పచ్చరా తోరణాలలో మెచ్చులొలుక
వీడు కనుపండువై యొప్పె వేల్పులకును.

గీ॥ వేయి కన్నుల దనివార వేల్పురాయ
డప్పుడావీటి సొగసెల్ల నమరజూచి
వగ్గు జడదారి తిట్టు దీవనయనాక
టంచు మదినుబ్బితబ్బిబ్బునందసాగె.

క॥ అత్తరిలోపల సత్రా
జిత్తు నెలవు నందు బెండ్లిజేసెడు తమి నా
యత్తపరిపించె బలువురు
పెత్తనగాండ్రను గడించి పేర్మి జెలంగన్.

క॥ బూరలు బాకలు డోళ్లను
హోరనుతాషాలు మరప లొప్పగుక్రోవుల్
వీరణములు దెసహత్తుల
నూరక చెవుడందజేసె నొక్కుమ్మడిగన్.

క॥ చిత్తరువు పెండ్లిపీటలు
పుత్తడియరుగులు నమర్చి పూవుంబోదుల్
ముత్తియముల ముగ్గులనిడి
రత్తరిపెండ్లికొడుకిల్ హెబుయల్ పరిచి వేసన్.

సీ॥ కైదమ్మిదోయి బంగారుగాజులు మేల్మి
కడియంబులును గల్లుగల్లుమనగ

నిద్దంపు జెక్కుల [illegible]
తెలుగు కన్నెలు [illegible]
చిరుచెమ్మటకు సు[illegible] గు [illegible]
కస్త్రి [illegible]లు [illegible]
మెడలోన [illegible]లాడు మేలి[illegible]
సొగసు [illegible]

గబ్బిగుబ్బలు [illegible]
నడుము[illegible]
[illegible] పు[illegible]గా[illegible]
చూచియొప్పు[illegible].

చ॥ చల్లనిపిల్లతెమ్మెరలు [illegible]న్
మెల్లన నల్లుబిండిగో[illegible]
చెల్లుచు [illegible]
బెల్లగుహార్మ్యమై [illegible]న్.

మ॥ జిలుగుంబయ్యెద[illegible]ంగు [illegible] నిండో
యుచిక్కులలోనుండియు [illegible]గా
నూర్పులు [illegible]
గుల్కగా [illegible]
గొల్లరాపట్టికన్.

ఉ॥ కమ్మనియూర్పుగా[illegible]
నెమ్మిగమంచుగ[illegible]
దమ్మున సంపడింప బలు[illegible]
గొమ్మయొకర్తు [illegible] సూసియ [illegible]న్.

నిద్దంపు జెక్కుల నీటుగా మగరాల
జెలగు కమ్మలు తళతళయనంగ
చిరుచెమ్మటకు సుంతగరగు కస్తురిబొట్టు
కమ్మతావులు గమగమయనంగ
మెడలోన పేరిలాడు మేలిచందురుసోగు
సొగసు లట్టిటు జిగజిగయనంగ

గబ్బిగుబ్బలు తమలోన కయ్యమాడ
నడుమువడకాఁగ చూడఁగ్రొమ్ముడిఁగను వీడ
వలపులెదగాడ వెన్నుని కెలమితోడ
చానయోర్తుక సంపంగినూనెయంటె.

చ॥ చల్లనిపిల్లతెమ్మెరకు జారుపయంటను జక్కనొత్తుచున్
మెల్లన నల్లుబిండిగొని మేనవలంది కడున్ రుపారమై
చెల్లుచు క్రొంజివుళ్ళనెన జెప్పగరానటువంటి చేతులన్
బెల్లగుకూర్మిమై నలుగుబెట్టె నొకర్తుక యుత్తరిన్ దగన్.

మ॥ జిలుగుంబయ్యెదకొంగుజెక్కుకొని హెంజెంబూనిచందో
యిచిక్కులలోనుండియు నిక్కజక్కవల టెక్కంజూపగా
నూర్పుతా। వులుగప్పం చటగ్రిమ్మగా మిగుల నొప్పాల్
గుల్కగా నొక్కయు।గ్మలినీరందితలన్ దిగన్ విడిచిపేస్కన్
గొల్లరాపట్టికిన్.

ఉ॥ కమ్మనియూర్పుగాడ్పుల సెగల్మెయిసోకగవింతముంగురుల్
నెమ్మొగమందుగ్రిమ్ముకొనినీటునుజూప కడిందిరొక్కతెం
పమ్మిన సందడింప బలుతావుల నిగ్గుసున్ని పిండితో
గొమ్మయొకర్తు వానితలకుంగల నూనియ వాపె నత్తరిన్.

[illegible] యొక[illegible]ప్పు [illegible]లుగుదువ్వలువచే
[illegible] యొత్తై కైదోయి తళుకులొత్త
[illegible] ఫుల్ల గుబ్బ[illegible]దిమి చి
[illegible]లించి ముచ్చటముడినివేసె
[illegible] లు తళుక్కులూన బల్
[illegible] పోగుల సొగసుపరిచె
[illegible] యయ్యమును బొంద తీరైన
నాపమ్ము దీరిచె నాతి యొకతె

[illegible] చూపుకోపుల నురకనెంచి
[illegible] పేసలు మెడనుగూర్చె
[illegible] పట్టుపంచ గట్టంగనిచ్చె
[illegible] నల్లసామికి నుల్లమలర.

[illegible] యబ్బురంబైనరూపు
[illegible] నొదికుందని కలువకంటి
[illegible] కౌగిలి కాసపడని
[illegible] గల్గుపాలంతులందు.

[illegible]
[illegible] మునను జెలిమిసకియలు సత్యఁ
[illegible] పెప్పనిసేఁ
[illegible] జలకమార్చి సొబగుజెలంగఁ.

[illegible] బళీయనగా కయిసేసి బొట్టునే
[illegible] ఘుమఘుమలొవుల జిల్గుకంచెలఁ.

సీ॥ చెలిమిన్న యొక్కర్తు జిలుగుదువ్వలునచే
దడియొత్తె కైదోయి తళుకులొత్త
పడతియొర్తుక వీపుపై గుబ్బలదిమి చి
క్కడలించి ముచ్చటముడినివేసె
కలికి వేరొండుచెక్కులు తళ్కులూన బల్
మగరాలపోగుల సొగసు పరిచె
మొగమునిగ్గులు వియ్యమును బొంద తీరైన
నామమ్ము దీరిచె నాతి యొకతె

యొక్కరితె చూపుకోపుల నురకనెంచి
మేల్మిరతనాల పేరులు మెడను గూర్చె
బంగరువు పట్టుపంచ గట్టంగనిచ్చె
నొక్కరితనల్లసామికి నుల్లమలర.

గీ॥ అప్పుడాతని యబ్బురంబైనరూపు
గాంచి తమిజెందికుందని కలువకంటి
అలరి యాతని కౌగిలి కాసపడని
యింతి లేదట గల్గుపాలంతులందు.

క॥ అక్కడ సత్రాజిత్తుని
చక్కని గీమునను జెలిమిసకియలు సత్యన్
గ్రక్కున వెచ్చనినీటన్
జొక్కంబుగ జలకమార్చి సొబగుజెలంగన్.

ఉ॥ ఎమ్మెలుమీరు సొమ్ముల బళీయనగా కయిసేసి బొట్టునే
ర్పమ్ముగదీర్చి నెక్కొనుఘుమంఘుమతావుల జిల్గుకంచెలన్

ముమ్మరమైన లేతచనుమొగ్గలపై గదియించి క్రొంబసల్
జిమ్మెడి పట్టుచీర మెయిచెల్వ మెసంగగ గట్టిరంతటన్.

మ॥ హరువౌ మేళముఁ స్నియున్ సెఁగగాన చ్చొద్వ్వలు ఁడించుచూ
పరులౌరౌక్కపుటింద్రుడెంపతులుఁ గ్రౌఁజూచువారెవ్వదొం
దరపాటొందగ; నాడ రాకొలపు పెద్దల్ మేటి పూన్కన్
మురువొప్పారగ వెన్నునుంచుకొనిసొంపుల్ గుల్క గానేగుచున్.

క॥ చని యాసత్రాజిత్తుసి
గొనబుంగీమునసు పెండ్లికొప రుసి గడుచ
క్కని బంగరుచిత్తరువం
బనిగల యొక పెండ్లిపీటపై నుంచివెసన్-

గీ॥ చెలిమికత్తియ కన్నియ చేయిపట్టి
తీసికొనివచ్చుతరి జల్లు చెసనుబట్టి
పీటపై చెలి గూర్చుండఁబెట్టి విలువ
గలుగు బట్టలు వారికి గట్టనిచ్చి

సీ॥ చెన్నారు చెంబుతో పన్నీరు దెప్పించి
అపరంజి తాంబాళ మచటనునిచు
మేటినిరాబొళ్ల కూటుపలకునైన
నెప్ప దేనియు జక్క ...యుగన
వెన్నునియడుగుల వేడ్కలో నంఁడిడి
పెరిమనుగడిగి యబ్బురపుఁ గట్టు
కూతు సతసికిచ్చి కొమరఁ యఁ గనాన
పాలిబల్కులందున బరగుతగవు

వెంటబెండ్లిసల్పి వెన్నుని చేత న
గ్గరిత మెడను తాళిగట్టజేసి
రపుడు బుదులుపెద్దలలర సేసలుబూని
సరగ వారిపయిని జల్లిరంత.

కం|| తెలిముత్తైపుతలబ్రాలఁ
గలికి మెరుగువారు కేలుగవగూరిచినే
ర్పలరారగ బోసెను క్రొం
జలిరులవిల్కానియయ్యతలపై నొయ్యన్.

కం|| జగములనన్నిటి మనిచెడు
సొగసున్ గేల్డోయి పెంపు సొంపెసలారన్
మగరాలుగూర్చిపోసెన్
ముగుదల తలమానికమగు ముద్దియతలపై.

గీ|| కరకుమగరాలమట్టెల యొరపిడి కీక
డాళుదోలేదా చూడగా వగునటంచు
నున్న నగుసన్నికలు మీదనన్నువడగు
నుంచి కృష్ణునికాల ద్రొక్కించిరెలమి.

చ|| అపుడు వారిరువు రెచ్చొపీటలనూ గూరు
చుండి యుల్లములందునిండుబత్తి
తోగోర్కెలిగురొత్తదోట్రుపాటులెసంగ
నగ్గిరవుల్ క్రొల్పియందునేయి
యుంచివ్రేలిమిజేసిమించిరప్పుడు నేల
వేల్పుముత్తైదువల్ వేడుకలర

గేల నారతి బట్టి మేలిపాటలుబాడి
చెలువ గోయిల లాలింపుచుండ

నంత పుణ్యాంగ నలు దన్ను నక్షతలను
సేసలిడి దీవనల నీయ చెలగి కన్న
కొమరుఁడును శిష్యుఁడును సాష్టాంగ పుబెట్ట
లందరికి మ్రొక్కి మెప్పొంది రచట.

సీ॥ అంతసాత్రాజిత్తు నలరిచుట్టలను ని
య్యుర్విసురుల బ్రియసఖులను దెచ్చి
గను మేళగాండ్రకు బనిసేయువారల
కనువుగా భోగపింపొసఁగి
పలుగకంబుల పిండిపంటల మదుములుగ
నటు సేసి కోరిక లడిగినంత
బెట్టి విలువ లేని పట్టుబట్టలొసఁగి
బెట్టి సంతోషమున దీవనలఁ గొనె

అల్లునిఁ దనకూఁతురి నైదువరాలిఁ
లింటనిడుకొని పెదివేమన్ని యింపించు
డెంకమునకూర్మి జాగ్రావకనుంచాపు
టందలంబులు చెలువైన యానపములును.

ఉ॥ మేలిహయంబు మొత్తములు మెండగు నేనుఁగ గున్నలున్
వాలుకనుంగవల్ మెరుగువారు పిటారపు నిగ్గుగుబ్బలన్
గ్రాలెడుమంచియూడిగపుకత్తియలున్ ఘననాణసొమ్ములున్
చాలుపుపట్టుపుట్టములు చందుకపెట్టెలు నిల్వటద్దముల్.

గొనబారుకూతు చేయిడి
యనియెన్ గన్నీరు నించి యడకువతోడన్.

సీ॥ పూవుం జిదుముచు బూదోటనడచిన
గేలజ్జలును గంది కెంపుజెందు
పాలుపుంపనముగ్గలు పూబోడినెమ్మోము
లేయెండలకునైన వాయిదరుగు
చిన్నారిపొన్నారిచెలువవీనుందోయి
నెమిలికూతలు విననేరకులుకు
సుపతివాల్గన్నులు సోయగంబులుగాని
యుదుటురూపుల జూచి బెదరుజెందు

నెట్లు నడిపింతొ తినిపింతొ యితవు లెరిగి
బెదరు నుల్కునుమాన్పగా నెదియొ తెరవు
యింతి కడుముద్దరాలు సేవంతిబంతి
యిచ్చల నెరింగి దీనిమన్నింపుమయ్య.

గీ॥ అని సెలవుబెట్టినంత నయ్యందకాడు
కుందనపుగిల్కు మేల్పావుకోళ్ళమీఁద
జని చెలియగూడి తేరెక్కెచామతోడ
నెగడురేరేడు తొలికొండ కెగసినట్లు.

సీ॥ కరిమేనిబలుచాయ కారుమబ్బులుగాగ
మెంతుకమెయినిగ్గు మెరుపుగాగ
నరదంపుబెంపుసోయగ మాకసముగాగ
పువ్వులు తెలినీటి బొట్లుగాగ

గొనబారుకూతు చేయిడి
యనిమెఱఁ గన్నీరు నించి యడకుఁజతోడఁ.

సీ॥ పూవులం జిదుముచు బూదోటనడచిన
గేలజ్జలును గంది కెంపుజెందు
పాలుపుంపనముగ్గలు పూబోడినెమ్మోము
లేయెండలకునైన వాయిదరుగు
చిన్నారిపొన్నారిచెలువవీనుందోయి
నెమిలికూతలు విననేరకులుకు
సుదతివాల్గన్నులు సోయగంబులుగాని
యుదుటురూపుల జూచి బెదరుజెందు

నెట్లు నడిపింతో తినిపింతో యితవు లెరిగి
బెదరు నుల్కునుమాన్పగా నెదియొ తెరవు
యింతి కడుముద్దరాలు నేవంతిబంతి
యిచ్చల నెరింగి దీనివన్నింపుమయ్య.

గీ॥ అని సెలవు బెట్టినంత నయ్యందకాడు
కుందనపుగిల్కు మేల్పావుకోళ్ళమీఁద
జని చెలియగూడి తేరెక్కెఁ జామతోడ
నెగడురేరేడు తొలికొండ నెగసినట్లు.

సీ॥ కరిమేనిబలుచాయ కారుమబ్బులుగాగ
మెఱతుకమెయినిగ్గు మెరుపుగాగ
నరదంపుబెంపుసోయగ మాకసముగాగ
పువ్వులు తెలినీటి బొట్లుగాగ

మేడలన్నియు వెండిమేడలై కనుపట్టె
గోడఁన్నియు కంచుగోడలయ్యె
చెట్టులన్నియు నీగిచెట్టులై పొలుపొందె
పొలతులెల్లరు నల్వపొలతులైరి
మోములన్నియు చందమామలై కాన్పించె
హత్తుఁన్నియుతూర్పు హత్తులయ్యె

సెల్లబూవులు మల్లెలుమొల్లలయ్యె
డిట్టఁన్నియు గపఱింపుగుట్టలయ్యె
గుట్టలన్నియు జాబిలి చట్టుఁయ్యె
నంతవెన్నుండు వెలలేనిసంతసమున.

గీ॥ కలయ నూరేగి తనయింటికడకువచ్చి
తేరు డిగి కల్కితోఁగూడి తివిరి నగరు
జేరి పిన్నలపెద్దల జెలులబందు
గులను దగురీతిమన్నించి సెలవొసంగి.

సీ॥ రతనాఁదివిటీలు రంగారు పూచెండ్లు
కీలుజంతాఱిలు నద్దాలు మేటి
పన్నీటిగిండులు పటికంపుబొమ్మలు
విరిసురటీలు వత్తరువుబుడ్లు
గపఱింపుగొట్టాలు గస్తూరి డబ్బీలు
మల్లెదండలు జాజిమొల్లవిరులు.
తీరుతీరుగదీర్చి తీర్చికైసేసిన
మేలిజాబిల్లి గామేడయందు

కనులుమిరుమిట్లుగొలుపు నక్కజపుగోళ్ల
నలరుపొఱాంబట్టె మంచమునందు నంచ
పక్కిరెక్కలదూది పెంపెక్కుసెజ్జ
నొక్కరేయిని జగజెట్టి యున్నయంత.

[మ్ములన్

చ॥ సకియలు ముద్దుగుమ్మ యగు సత్యను మేలిమిపొన్నుసా
రకమగు చీరరైక లలరన్ బువుదండల గమ్మకస్తురిన్
జకచకలాడు మెర్పువలె చక్కలిన్గయి సేసికేలు నిం
చుకగొని తెచ్చినిల్పిరట సోకులగొంగ చెలంగుగీమునన్.

చ॥ నిలిపి నెలంతలందరుచు నేర్పున సాకులుజెప్పివీడి యా
వలికిజనంగ మోమునరవంచి పొలంతుకబీతుసిగ్గు దొ
ట్రిల నలకంబవున్ మరువురివ్వున జొచ్చినయంతవెన్ను డ
వ్వొలది గవుంగిటంబొదివి వేడుకసెజ్జకుదార్చు నత్తరిన్.

సీ॥ తమకంబురేచి ముందరికేగు మనినెట్ట
నాగుమీయంచు సిగ్గానవెట్ట
ననుగునెచ్చెలులు వెట్టినయాన లుబికించ
బెంగ రెండంతలు పొంగడంచ
కోరికల్ తమిచెమ్మనీరిక లెత్తంగ
వేడియూర్పుల నవి వాడిక్రుంగ
వెన్నుని వేడికోల్ వేడుకలూరించ
ముద్దరాలితనంబు మురువుడించ
చిరునగవుతోడ నొక్కింత జరుగు జరిగి
మించుతత్తరపాటున గుంచు గుంచి

సై పుబెట్లని మరికొంత సాగు సాగి
బీతుసిగ్గునుగొని బిట్టు పెనగులాడు.

గీ॥ పాలతి నాప్రోడ యెంతయు బుజ్జగించి
తనయెడంగల రతనమందున దనర్చు
యింతిరూపును జూపి నెలంత యిదిగో
చెలిమికత్తియయని బోటిసెజ్జ జేర్చె.

సీ॥ చెవిలోన గుసగుసల్ చెప్పినట్టుగబోయి
నిద్దంపు జెక్కిలి ముద్దుబెట్టు
ఃరిసోగు ముడతలు సరిదీయునట్లుగా
చెలియ పయ్యెటంచంత చేతద్రోయు
ముత్తెంపునత్తు నేమో చూచినట్టు మో
మున మోముజేర్చి కెమ్మోవి జెనకు
మబ్బునల్లిన మించుమాడ్కిగా నుందువో
లేదో కన్మని కౌగిలించు మించి

యింత సన్నని నడుము నీకెట్టులబ్బె
ననుచు బిడికిట బుడికి ముడిని వదల్చి
బిడియమును సిగ్గు నొక్కింత సడలజేసి
ముద్దరాలిని మరుకయ్యమునకు దార్చె.

గీ॥ తురుముముడిప్రీల జెరివిన విరులు రాల
చిరుచెమటలూర పేరులు జిక్కువార
బొట్టు జెదరంగ బెట్టును గుట్టడంగ
కన్నె వెన్నునితో మరుకలనబోరె.

గీ॥ ఆటల బోరి సొక్కినట్టి వారలజూచి
గాలివేలు పెవరి కంటబడక
సరగ నేగి చలువ చలువ పండులు పెచ్చి
యొడలులందు బూయనొయ్యలేచి.

కం॥ తరిచెయ్వులెల్లదీరిచి
కిరివేలుపుకొలువుజేరి కలచుట్టముల౯
నెరకాంక్షిబుధుల బెద్దల
బెరిమను గడుగారవమున బిలిపించి వెసన్.

కం॥ ఏరీతి నెవరు మెత్తురొ
యారీతి౯ వారి మెప్పునందించ వహా
వ్వా రే బళియని పొగడుచు
ద్వారావతినుండి చనిరి తమ నెలవులకు౯.

గీ॥ అంతవెన్నుండు సత్యతోనైనయట్టి
రాణులెనమండ్రి దన్ను గారవము సేయ
నవల నచ్చరలం బదియారువేల
గూడి యాడె నెవతెయందు జోడువిడక.

సీ॥ ఏయేగరితమిన్న కేయే కోరతలున్న
నెరిగి వారల యిచ్చలెల్ల దీర్చు
నేసాదుదుంపగిండ్రిచట గారించిన
వెంటనే జని వాండ్రిపీచమడచు
సన్వ కోర్కెల నిమ్మని వేడిన
వారికోర్కెలొసంగి వచ్చుచుండు

www.ingramcontent.com/pod-product-compliance
Lightning Source LLC
LaVergne TN
LVHW020000230825
819400LV00033B/914

* 9 7 8 1 0 2 1 2 6 2 8 7 5 *